జోసెఫ్ గుయెన్ ఒక ఆధ్యాత్మిక ప్రవక్త. వ్యక్తులు తమ యొక్క ఆధ్యాత్మిక శక్తిని తామే గుర్తించి దాని సార్ధకం చేసుకునేటట్లుగా చేయటమే ప్రవక్తగా ఆయనలక్ష్యం. తద్వారా మానవులందరూ సంపూర్ణంగా జీవితాన్ని అనుభవించగలరు. ఇతరులకు వారి దివ్యమైన ఉద్దేశ్యాన్ని గ్రహించడంలో సహాయపడటం, వారి మనస్సులోని అనంతమైన సామర్థ్యాన్ని వెలికితీయడం, మానసిక బాధ లేకుండా ఆనందంగా జీవించేలా ఊతం అందించడంతో పాటు, జీవితాంతం వెతుకుతున్న సమాధానాలనివారంతా వారుగా తెలుసుకోనే దిశగాసాగిపోయే మార్గాన్ని చూపెడతారు. ఎక్కువ సమయాన్ని రాయడంలో, శిక్షణ ఇవ్వడంలో, బోధించడంలో, కాలాతీత జ్ఞానాన్ని పంచుకోవడంలో గడుపుతారు.

First published in India by

MANJUL

Manjul Publishing House

Corporate and Editorial Office

• 2nd Floor, Usha Preet Complex, 42 Malviya Nagar, Bhopal 462 003 – India

Sales and Marketing Office

• C-16, Sector 3, Noida, Uttar Pradesh, 201301 – India

Website: www.manjulindia.com

Distribution Centres

Ahmedabad, Bengaluru, Kochi, Kolkata, Chennai,
Hyderabad, Mumbai, New Delhi, Pune

This edition first published in India in 2024
Second impression 2026

ISBN 978-93-5543-193-6

Translation by Akella Sivaprasad

Cover design: Bhavi Mehta

Printed and bound in India by Repro India Limited

నువ్వు ఆలోచించిన ప్రతిదాన్ని నమ్మవద్దు

మీ ఆలోచనలు మీ బాధకి మూలము అవే మీ
బాధనికూడా అంతం చేస్తాయి

జోసెఫ్ గుయెన్

తెలుగు అనువాదం: **ఆకెళ్ళ శివప్రసాద్**

MANJUL

మంజుల్ పబ్లిషింగ్ హౌస్

కెన్నా కోసం

బేషరతు ప్రేమ అంటే ఏమిటో,
అది ప్రపంచాన్ని ఎలా మార్చగలదో
నాకు భువి పై నేర్పిన దేవదూత.

విషయసూచిక

కృతజ్ఞతలు

సిడ్నీ బ్యాంక్స్, మీరు కనుగొన్న సూత్రాలను ప్రపంచంతో పంచుకున్నందుకు ధన్యవాదాలు. మీ వల్లనే నేను నాలో వున్న సత్యాన్ని కనుగొనగలిగాను, ఇప్పుడు దానిని ప్రపంచంతో పంచుకునే భాగ్యం కలిగింది.

నా జీవితాన్ని శాశ్వతంగా మార్చివేసిన ఆ మూడు సూత్రాలను నాతో పంచుకున్నందుకు నా ఉపాధ్యాయులు అలాగే నా మార్గదర్శకులైన జో బెయిలీ, మైఖేల్ నీల్ లకు ధన్యవాదాలు. మీ ఔదార్యానికి, నిరంతరం సేవ చేయాలనే హృదయం గల మీరు, వాటిని నాకు అందించినందుకు కృతజ్ఞతలు. మీరు చేసే ప్రతిదానికి ధన్యవాదాలు, వాటిని ఇతరుల కోసం చేస్తూనే ఉంటాను.

నా లోని దైవత్వాన్ని కనుగొనడంలో నాకు సహాయం చేసినందుకు, ఈ పుస్తకాన్ని వ్రాయడానికి నన్ను ప్రోత్సహించినందుకు నా ప్రియమైన స్నేహితులు అలాగే కుటుంబ సభ్యులందరికీ (అమ్మ, నాన్న, ఆంథోనీ, జేమ్స్, క్రిస్టియన్, బ్రయాన్, ఇంకా చాలా మంది) ధన్యవాదాలు. మీరెవరూ లేకపోతే ఈ పుస్తకం సాకారం అయ్యేది కాదు. మీ వల్ల నా మీద, ఈ పుస్తకం చదివే ప్రతి ఒక్కరి మీదా చూపే మీ ప్రభావం అనంతమైనది, రాబోయే తరాల జీవితాలను మారుస్తూనే ఉంటుంది.

కెన్నా, నేను ఇప్పటివరకు కలుసుకున్న అత్యంత మనోహరమైన, అత్యంత ఉత్సాహపూరితమైన వ్యక్తులలో, ఒకరైనందుకు, అలాగే నిజమైన షరతులు లేని ప్రేమ ఏమిటో నాకు చూపించినందుకు ధన్యవాదాలు. మీ సహచర్యం సుమనోహరం. అది నన్ను నిరంతరం వినయశీలిగా మార్చి వేసింది.మీరు కలుసుకునే ప్రతి ఒక్కరిపై మీరు చూపిస్తున్న అంతులేని ప్రేమకు ఎప్పటికీ కృతజ్ఞుడిని–అది మాటల్లో వ్యక్తం చేయడానికి పదాలు దొరకడం లేదు.

పరిచయం

ఈ పుస్తకంలో మీరు ఏమి కనుగొంటారు, దీనిని చదవడం ద్వారా ఎక్కువ ప్రయోజనం పొందడం ఎలా

మీరు శోధిస్తున్న అన్ని విషయాలకు, అలాగే మీ జీవితంలో ఉన్న అన్ని ప్రశ్నలకు సమాధానాలను కనుగొనడంలో మీకు సహాయపడటానికి ఈ పుస్తకం వ్రాయబడింది. ఇది చాలా సాహసోపేతమైన ప్రకటన అని నాకు తెలుసు, కానీ ఇది చెప్పడంలో, నాకు ఎంత నమ్మకం ఉందో మీరు త్వరలో చూస్తారు.

నా ఆత్మ లోతుల్లోంచి నేను గ్రహించిన సత్యం ఏమిటంటే, ఈ పుస్తకం చదివిన తర్వాత మీరు ఇదివరకు ఉన్నట్టుగా ఉండరు. మునుపటి వ్యక్తి కారు. మార్పు ఒక్కటే స్థిరమైనది. ఎదుగుదల అనేది జీవితంలో ఒక అనివార్యమైన ప్రక్రియ, ఈ పుస్తకం చదివిన తరువాత మీరు మారకుండా ఉండటం అసాధ్యం.

"మనకు తెలియని వాటిని మనం మార్చలేము,
ఒకసారి మనకు తెలిసిన తర్వాత, మనం మారకుండా ఉండలేం"

— షెరిల్ సాన్బర్

మీరు ఎవరు, మీరు ఎక్కడ నుండి వచ్చారు, మీ నేపథ్యం ఏమిటి, మీరు ఏమి చేశారు,ఏం చేయలేదు, మీకు ఏ హోదా, సంపద ఉంది, లేదు మీరు విచిత్రమైన వారైనా లేదా ఎవరైనా సరే, మీరు మీ జీవితంలో సంపూర్ణ శాంతి, షరతులు లేని ప్రేమ, సంపూర్ణ సంతృప్తి, సమృద్ధమైన ఆనందాన్ని పొందవచ్చు. ఏ స్థితిలోవున్నప్పటికీ, మీరు మినహాయింపు కాదని హామీ

ఇస్తున్నాను. ప్రేమకు హద్దులు లేవు. మీరు వెతుకుతున్న ప్రతి సమాధానాన్ని పొందడానికి నిష్పక్షపాతంగా, ఇష్టపడే హృదయం మీకు అవసరం.

అవును. నేను శిక్షణ ఇచ్చిన చాల మందివ్యక్తులు గ్రహించినట్టుగా, ఈ పుస్తకంలో ఏమి ఉందో అర్థం చేసుకోవడంలో చాలా ఆచరణాత్మక సమస్యలు, అనుషంగిక అంశాలు ఉన్నాయి, అవి: ఆదాయంలో 2–5 రెట్లు పెరుగుదల, వారి వ్యాపారాలలో విపరీతమైన అభివృద్ధి, లోతైన, మరింత సామరస్యపూర్వక సంబంధాలు, జీవితకాల వ్యసనాలను అధిగమించడం, విధ్వంసక అలవాట్లు ఆకస్మికంగా మాయమవ్వడం, ఆరోగ్యంమెరుగు పడటం, చైతన్యం, అన్ని రకాలుగా శక్తిపెరగడం లాంటివి. ఈ పుస్తకంలోని సూత్రాలను అర్థం చేసుకున్న చాలా మందికి ఇలాంటి అద్భుతాలు ప్రతిరోజూ జరుగుతుంటాయి. ఇది కేవలం ఐస్‌బర్గ్ చిట్కా మాత్రమే. ఈ అవగాహన ద్వారా ప్రజలు పొందిన కొన్ని అభివృద్ధి అంశాలని, ఫలితాలను జాబితాగా చేస్తే, ఈ పుస్తకంలో సగానికి పైగా ప్రతిరోజూ జరిగే అద్భుతమైన కథలు మాత్రమే ఉంటాయి.

ఈ "బాహ్య" ఫలితాలలో దేనినైనా ప్రస్తావించడానికి నేను ఇష్టపడను, ఎందుకంటే ఈ పుస్తకం యొక్క అంశం అది కాదు. ఈ భౌతిక వ్యక్తీకరణలు మన జీవిత అనుభవాలు ఎలా పనిచేస్తాయో అర్థం చేసుకోవడానికి కనిపించే, అంతర్గత అవగాహన యొక్కఆనుషంగిక అంశాలు. వాస్తవానికి, మనం డబ్బు, ప్రాధాన్యత పొందడం వంటి బాహ్య ఫలితాలను మాత్రమే కోరుకుంటాము, ఎందుకంటే ప్రేమ, ఆనందం, శాంతి, సంతృప్తి వంటి కొన్ని భావాలను మనం లోపల అనుభవించాలనుకుంటున్నాము. మన జీవితంలో మనం కోరుకునేది ఆనందానుభూతి, అది భౌతిక విషయాల నుండి రాదు. కానీ శారీరక విషయాలే ఆ భావాలను ఇస్తాయని మనం నమ్ముతాము. ఆ భావనలోనే రహస్యం దాగి ఉంది.

మీకు ఇప్పటికే తెలిసిన సత్యాన్ని ఎలా వెలికితీయాలో అర్థం చేసుకోవడానికి, మీ జీవితమంతా వెతుకుతున్న ఈ భావాలను కనుగొనడానికి ఈ పుస్తకం మీకు మార్గనిర్దేశం చేస్తుంది. ఇప్పుడు ఈ పుస్తకాన్ని ఎలా అర్థం చేసుకోవాలో తెలుసుకుందాం.

సమాచారం కోసం ఈ పుస్తకాన్ని చదవకండి. అంతర్దృష్టి కోసం చదవండి. అంతర్దృష్టి (లేదా జ్ఞానం) లోపల మాత్రమే కనిపిస్తుంది. అందుకే దీనిని అంతర్దృష్టి (లోపల) అంటారు. మీరు జీవితంలో వెతుకుతున్న

ప్రతిదాన్ని కనుగొనడానికి, మీరు మీలోపల వెతకాలి, మీలో ఇప్పటికే ఉన్న జ్ఞానాన్ని కనుగొనాలి. అన్ని సమాధానాలు మీ ఆత్మలో లోతుగా ఉన్నాయి. ఈ పుస్తకం, మీరు సరైన ప్రదేశంలో చూడటానికి సహాయపడే మార్గదర్శి మాత్రమే. తాము వెతుకుతున్నది ఇంకా అక్కడే ఉందనే ఆశ ఉన్న ప్రతి ఒక్కరినీ నేను నిజంగా ఆరాధిస్తాను. మీకు ఆశ ఉంది, ఆశ లేకుండా లేదు, కాబట్టి మీరు ఇక్కడ ఉన్నారు. దీనిని చదవడం మీ విశ్వాసానికి, బలానికి నిదర్శనం. మీ హృదయంలో నిండిన కోరికతో నడుస్తున్న మార్గంలో కొనసాగితే, వెతుకుతున్నది కనుక్కోగలరని, నాకు నూటికి నూరు శాతం ఖచ్చితంగా తెలుసు.

ఈ పుస్తకం సత్యాన్ని తెలియజేసే ఏకైక పుస్తకం కాదని స్పష్టం చేయాలనుకుంటున్నాను. సత్యం ప్రతి ఒక్కరిలోనూ, ప్రతిదానిలోనూ ఉంటుంది. సత్యాన్ని (ఆధ్యాత్మికాన్ని) చూడటానికి, అనుభవించడానికి మీరు రూపాన్ని (భౌతిక) దాటి చూడాలి. ఈ పుస్తకంలోని మాటలు సత్యం కావు. అవి సత్యాన్ని సూచిస్తాయి. నిజానిజాలు మీరే చూడాలనుకుంటే మాటలకు అతీతంగా చూడండి. సత్యాన్ని మేధోపరంగా మార్చలేం. కేవలం అనుభవించగలం. సత్యం ఒక భావనలోనే ఉంటుంది, అందుకే దానిని ఒక పదంగా మలచలేము.

మీరు సత్యాన్ని కనుక్కోవాలనుకుంటే, మాటలకు అతీతంగా చూడండి, ఒక అనుభూతి కోసం వెతకండి.

సత్యాన్ని కనుగొనే చాలామంది ఆ అనుభూతిని సంపూర్ణ శాంతి, షరతులు లేని ప్రేమ, అద్భుతమైన ఆనందంగా వివరిస్తారు. ప్రజలు దీనిని అత్యంత సుపరిచితమైన, అపరిచితమైన అనుభూతిగా కూడా అభివర్ణిస్తారు. మీరు చివరకు మీఇంటికి చేరుకున్న అనుభూతి కలుగుతుంది. ఆ అనుభూతి కోసం చూడండి, అప్పుడు అన్నీ మీకు తెలుస్తాయి. ఈ పుస్తకంలో, మీ ఆత్మలో లోతుగా, మీకు తెలియనిది ఏదీ చెప్పను. అందుకే మీరు సత్యాన్ని అనుభవించినప్పుడు అది సుపరిచితమైన, అపరిచితమైన అనుభూతి అవుతుంది.

మీ తెలివితేటలను ఉపయోగించి దానిని గుర్తించడానికి ప్రయత్నించ వద్దు – మీరు అలా చేయలేరు. దానిని మేధోపరంగా గ్రహించిన వెంటనే, దానిని పోగొట్టుకుంటారు. ఒకటి రెండు వాక్యాలను గుర్తుపెట్టుకోవడం

వల్ల సత్యం రాదు. పిల్లలు అలా చేయగలరు, కానీ వారు సత్యాన్ని అర్థం చేసుకోలేరు. సత్యం ఒక అనుభూతి రూపంలో వస్తుంది.

ఆ భావన నుండి మీరు వెతుకుతున్న జ్ఞానం, సత్యం వస్తుంది, అది మిమ్మల్ని విముక్తి చేస్తుంది. మనమందరం అంతిమంగా కోరుకునేది అదే, కదా?

ఈ పుస్తకంలో నేను మీకు ఏమి తెలియచేస్తున్నానో అది చాలా సులభంగా అనిపిస్తుంది. సులభంగా కనిపిస్తుంది, మీ మెదడు (అహం) దానితో పోరాడటానికి లేదా దానిని మరింత క్లిష్టతరంగా చేయడానికి ప్రయత్నిస్తుంది.

ఇది అంత సులభం కాదని అనుకుంటారు. తగిన సమయం వచ్చినప్పుడు, సత్యం సరళమైనదని గుర్తుంచుకోవాలని కోరుకుంటున్నాను. సంక్లిష్టమైన వాటిని ఎల్లప్పుడూ, చిన్న ప్రతిరూపాలుగా విభజించవచ్చు. కానీ సత్యాన్ని చిన్న భాగాలుగా విడదీయలేము,. సత్యం ఎప్పుడూ సులభంగానే ఉంటుంది. మీరు సత్యాన్ని కనుక్కొవాలనుకుంటే, నిరాడంబరత కోసం చూడండి.

ఈ పుస్తకాన్ని నిష్పక్షపాతంతో, సత్యాన్ని తెలుసుకోవాలనే స్వచ్ఛమైన హృదయంతో చదవండి. మీరు వెతుకుతున్న ప్రతిదాన్ని పొందుతారు.

మనం ముందుకు సాగడానికి ముందు, నాతో ఉన్నందుకు, మీ సమయాన్ని, శ్రద్ధను నాతో పంచుకున్నందుకు, ప్రగాఢ కృతజ్ఞతను తెలియజేస్తున్నాను. అవి మీరు మరొకరికి ఇవ్వగల అత్యంత విలువైన ప్రాణ శక్తులు, కాబట్టి వాటిని నాకు బహుమతిగా ఇచ్చినందుకు ధన్యవాదాలు, దీనిని మీకు కూడా అందిస్తున్నాను. మీ లోని దైవత్వాన్ని ఎన్నడూ మరచిపోవద్దు, ఎందుకంటే దైవత్వం ద్వారా మాత్రమే మానవత్వం లభిస్తుంది.

ప్రేమ, వెలుగుతో నిండాలని,

జోసెఫ్

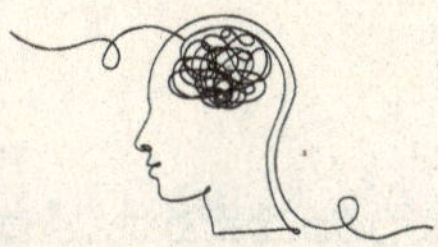

1

బాధకు మూలకారణాన్ని కనుగొనే ప్రయాణం

“

ప్రజలు తమ బాధలను వదిలించుకోవడానికి చాలా కష్టపడుతున్నారు.
తెలియని వాటి పట్ల భయంతో, వారు తెలిసిన బాధను
అనుభవించడానికే మొగ్గు చూపుతారు

”

థిచ్ న్హాట్ హాన్

బాధ గురించి మాట్లాడేటప్పుడు ఒక ముఖ్యమైన విషయము గుర్తుపెట్టుకోవాలి. నేను ఈ పుస్తకంలో బాధను ప్రస్తావించినప్పుడు, మానసికమైన, భావోద్వేగ బాధలను ప్రస్తావిస్తున్నాను. మీ జీవితంలో ఏమి జరిగినా, మీరు ఉద్వేగంతో, మానసికంగా బాధపడాల్సిన అవసరం లేకుండా ఒక మార్గం ఉంది.

మనం పడే కష్టాలన్నీ మన బుర్రల్లోనే ఉన్నాయని అనడం లేదు. ప్రతిరోజూ ప్రజలకు భయంకరమైన, దురదృష్టకరమైన సంఘటనలు జరుగుతాయి. నేను చెప్పేది ఏమిటంటే, మన జీవితంలో మనం చాలా మనోవ్యధని అనుభవిస్తున్నప్పటికీ, బాధ ఐచ్ఛికం. మరో మాటలో చెప్పాలంటే, బాధ అనివార్యమయినప్పటికి, మన జీవితంలో జరిగే సంఘటనలు, పరిస్థితులకి మనం ఎలా స్పందిస్తాము అనేది మనపై అది ఆధారపడి ఉంటుంది. అలాగే అది మనం బాధపడాలా వద్దా అనేది కూడా నిర్ణయిస్తుంది.

మన జీవితంలో ఎప్పుడైనా ప్రతికూల సంఘటన జరిగినప్పుడు రెండు బాణాలు మనవైపు దూసుకు వస్తాయని బౌద్ధులు చెబుతుంటారు. శారీరిక బాధని కలిగించేది ఒకటైతే, రెండవది భావోద్వేగమైన బాణం తో కొట్టడం, అది మరింత బాధాకరం (మనోవ్యధ).

బుద్ధుడు ఇలా వివరించాడు, "జీవితంలో, మనం ఎల్లప్పుడూ మొదటి బాణాన్ని నియంత్రించలేము. అయితే, రెండవ బాణం మొదటి దానికి మన ప్రతిస్పందన. రెండవ బాణం ఐచ్ఛికం."

కొన్నేళ్ల క్రితం బుద్ధుని ఈ సూక్తి గురించి నేను మొదటిసారి విన్నప్పుడు, అయోమయానికి గురయ్యాను, ఎందుకంటే బుద్ధుడి ఉపదేశం అర్థమైనప్పటికీ, నేను దానిని నా జీవితంలో ఎలా అన్వయించుకోవాలో నాకు తెలియదు. ఎవరికైనా బాధ పడటమా లేదా బాధ పడకుండా ఉండడమా అని నిర్ణయించుకోమంటే, సరైన మనసు ఉన్నవారెవరైనా బాధపడటాన్ని ఎంచుకుంటారని నేను అనుకోను.

బాధ పడకుండా ఉండాలని నేను ఎలా నిర్ణయించుకుంటాను? అది అంత సులభం అయితే, ఎవరైనా బాధపడతారని నేను అనుకోను. చాలా సంవత్సరాల తరువాత, బాధ ఎక్కడ నుండి వస్తుందనే దానిపై నాకు కొత్త అవగాహన వచ్చినప్పుడు, దాన్ని మూలం వద్ద ఆపగలిగాను.

నేను నాఅభివృద్ధి కోసం నా ప్రయాణాన్ని ప్రారంభించినప్పుడు, ప్రజలు వారి సమస్యలను అధిగమించడంలో సహాయపడే అనేక విభిన్న బోధనలు, అధ్యయనాలు, పద్ధతులను చూశాను. పదుల సంఖ్యలో పుస్తకాలు చదివాను, మనస్తత్వశాస్త్రం చదివాను. చికిత్స చేసే వాళ్ళ దగ్గరకు వెళ్లాను, రకరకాల ఆలోచనాపరుల మాటలు విన్నాను. నా అలవాట్లను మార్చుకోవడానికి ప్రయత్నించాను, ఉదయం 4 గంటలకు నిద్రలేవడం ప్రారంభించాను, నా ఆహారాన్ని మార్చుకున్నాను, మరింత నిర్మాణాత్మకంగా, క్రమశిక్షణతో ఉండటానికి ప్రయత్నించాను, నీడలా వెన్నంటి ఉండి పని చేశాను, విభిన్న వ్యక్తిత్వాలను అధ్యయనం చేశాను, ప్రతిరోజూ ధ్యానం చేశాను, ఆధ్యాత్మిక విహార యాత్రలకు వెళ్ళాను, ఆధ్యాత్మిక గురువులను అనుసరించాను, వివిధ పురాతన మతాలను పరిశోధించాను.

తెలుసున్నవి ఎన్నో, ప్రయత్నించాను. నా జీవితంలో బాధలను ఎలా వదిలించుకోవాలో తెలుసుకోవాలని, అదే విధంగా ఇతరులకు కూడా సహాయపడటానికి, సమాధానం కనుగొనడానికి ఆరాటపడ్డాను. వీటిలో కొన్ని విషయాలు నన్ను మెరుగుపరచడంలో సహాయపడినప్పటికీ, అవి నా బాధను ఆపలేదు. ఇప్పటికీ ప్రతిరోజూ చాలా ఆత్రుత, భయం, నెరవేరనట్టు, చిరాకు, కోపం, నిరాశ, ఎక్కువగా ఉన్నట్లు భావిస్తున్నాను. ఎంతో చేసిన తర్వాత కూడా, ఇప్పటికీ సమాధానం కనుక్కోలేదు.

నేను నిజాయితీగా చెప్పాలంటే నేను ఈ అన్వేషణను ప్రారంభించడానికి ముందు కంటే ఎక్కువ కోల్పోయాను.

నేను ఆలోచనారహితంగా, నిస్సహాయంగా, దిక్కుతోచనివాడిగా భావించాను. ఏం చేయాలో, ఎక్కడ చూడాలో, ఎవరితో మాట్లాడాలో తెలియలేదు. నేను అత్యంత నిరుత్సాహ సమయంలో ఉన్నప్పుడు, ఒక ఆశాజ్యోతి నన్ను వెలుగులోకి తీసుకురావడం ప్రారంభించింది.

అకస్మాత్తుగా, సంవత్సరాల అన్వేషణ తరువాత, నేను నా మొదటి మార్గదర్శకులలో ఒకరిని కనుగొన్నాను, అతను నాకు శిక్షకుడుగా ఎలా

మారాలో నేర్పాడు, నా బాధను ఎలా తగ్గించుకోగలనో ఆ సమాధానాన్ని నాకు తెలియజేశాడు.

నేను కనుగొన్న సమాధానం మన మనస్సులు ఎలా పనిచేస్తాయో, మానవ అనుభవం ఎలా సృష్టించబడుతుందో అర్థం చేసుకోవడంలో ఉంది.

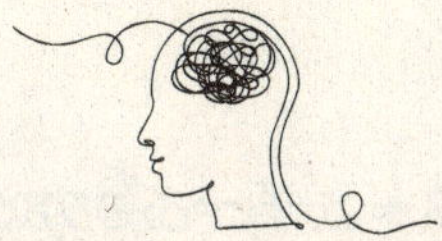

2

అన్ని బాధలకు మూలకారణం

“

తన చుట్టూ చూసేవాడు తెలివైనవాడు,
తనలో తనని చూసుకునేవాడు జ్ఞాని.

”

మత్షోనా ధ్లివాయో

మనం ఆలోచనల ప్రపంచంలో జీవిస్తున్నాం తప్ప వాస్తవికతలో కాదు. సిడ్నీ బ్యాంక్స్ ఒకసారి ఇలా అన్నారు, “ఆలోచన వాస్తవం కాదు; అయినా ఆలోచన ద్వారానే మన వాస్తవాలు సృష్టించబడతాయి.”

మనలో ప్రతి ఒక్కరూ ప్రపంచం గురించి తమ తమ అవగాహనల ద్వారా జీవిస్తారు, ఈ జీవితం మన పక్కన ఉన్న వ్యక్తి జీవితానికి, చాలా భిన్నంగా ఉంటుంది.

దీనికి ఒక ఉదాహరణ ఏమిటంటే, మీ జీవితంలో పావు వంతు మీరు అస్తిత్వ సంక్షోభాన్ని అనుభవిస్తూ ఒక కాఫీ షాప్ లో కూర్చుని ఉండవచ్చు, ప్రతి ఒక్కరి జీవితం మీ జీవితంలా ఉన్నట్లు అనిపించినప్పుడు మీ జీవితంతో ఏమి చేస్తున్నారో మీకు తెలియదని భావించినప్పుడు, మనస్సు లో పూర్తిగా ఒత్తిడికి గురవుతారు, కానీ మీ పక్కన ఉన్న వ్యక్తి తాజాగా తయారుచేసిన పానీయాన్ని సంతోషంగా ఆస్వాదిస్తున్నప్పుడు, అతను ప్రశాంతంగా తన చుట్టూ ఉన్న ప్రజలను చూస్తుంటాడు. మీరిద్దరూ ఒకే కాఫీ షాప్ లో ఉన్నారు. అదే సువాసనను ఆస్వాదిస్తున్నారు. చుట్టూ అదే అపరిచితులతో ఉన్నారు. కానీ ప్రపంచం మీ ఇద్దరికీ ఎలా కనిపిస్తుందో, అంతకంటే భిన్నంగా ఏమి ఉండదు. మనలో చాలా మంది ఒకేరకమైన సందర్భాలని చూస్తాము లేదా ఒకే సమయంలో ఒకే ప్రదేశంలో ఉంటాం, అయినప్పటికీ ప్రపంచం పట్ల పూర్తిగా భిన్నమైన అభిప్రాయాన్ని కలిగి ఉంటాం.

వాస్తవికత లేని ఆలోచనల ప్రపంచంలో మనం ఎలా జీవిస్తున్నామో చెప్పడానికి ఇక్కడ మరో ఉదాహరణ ఉంది. మీరు వంద మంది వ్యక్తుల వద్దకు వెళ్లి, ప్రతి ఒక్కరినీ డబ్బు అంటే ఏమిటి అని అడిగితే, మీకు ఎన్ని విభిన్న సమాధానాలు లభిస్తాయని అనుకుంటున్నారు?

డబ్బు అనేది సాంకేతికంగా ఒకటే, కానీ దాని అర్థం ప్రతి వ్యక్తికి అది భిన్నంగా ఉంటుంది. డబ్బు అంటే సమయం, స్వేచ్ఛ, అవకాశం, భద్రత లేదా మనశ్శాంతి అని అర్థం కావచ్చు లేదా అది చెడు, దురాశ, ప్రజల చేత నేరాలను చేయించడానికి ప్రేరణ కావచ్చు. ప్రస్తుతానికి, ఏది సరైనది

లేదా తప్పు అనే దానిలోకి నేను వెళ్ళడం లేదు (సూచన: సరైన లేదా తప్పు సమాధానం లేదు, కానీ అది వేరేఅధ్యాయంలో చర్చించడం జరిగింది.)

ఈ భావనకు మరొక ఉదాహరణ, ఈ క్రింది విధంగా ఉంది: మీరు వంద మంది వేర్వేరు వ్యక్తులను విచారించినప్పుడు, ప్రతి ఒక్కరినీ మా ప్రస్తుత అధ్యక్షుడి గురించి ఏమనుకుంటున్నారని అడిగితే, మీకు ఎన్ని విభిన్న సమాధానాలు లభిస్తాయని మీరు అనుకుంటున్నారు?

మనం మాట్లాడుతున్నది ఒకేఒక ఖచ్చితమైన వ్యక్తిగురించి అయినప్పటికీ, మనకు, వేర్వేరు వంద సమాధానాలు లభిస్తాయి. ఎందుకంటే చాలా మంది ప్రజలు ప్రపంచం గురించి వారి ఆలోచనలలో, అవగాహనలలో జీవిస్తున్నారు. ఒక సంఘటనకు మనం ఇచ్చే అర్థం (లేదా ఆలోచన) అంతిమంగా దాని గురించి మనం ఎలా భావిస్తామో నిర్ణయిస్తుంది.

ఆ అర్థం లేదా ఆలోచన అప్పటి నుండి జీవితాన్ని చూసే వడపోత–ఈ కారణంగా, మనం వాస్తవికతలో కాకుండా వాస్తవికత అనే అవగాహన ద్వారా జీవిస్తాము. వాస్తవం ఏమిటంటే, ఈ సంఘటన అర్థం, ఆలోచన లేదా వివరణ లేకుండా జరిగింది.

ఆ సంఘటనకు మనం ఇచ్చే ఏదైనా అర్థంవుందా లేదా అనే ఆలోచన మనమీద ఉంటుంది. వాస్తవికత గురించి మన అవగాహన అలా సృష్టించబడుతుంది. అది మన జీవితానుభవం నుండి సృష్టించబడుతుంది.

ఇది మన జీవితంలో జరిగే సంఘటనల గురించి కాదు, కానీ వాటి గురించిన ఆలోచన మనకు మంచి లేదా చెడు అనుభూతిని కలిగిస్తుంది. ఈ విధంగా మొదటి ప్రపంచ దేశాల ప్రజల కంటే, మూడవ ప్రపంచ దేశాల ప్రజలు సంతోషంగా ఉన్నారు.

మొదటి ప్రపంచ దేశాలలోని ప్రజలు, మూడవ ప్రపంచ దేశాల ప్రజల కంటే బాధగా ఉన్నారు.

మన భావాలు బాహ్య సంఘటనల నుండి రావు, కానీ సంఘటనల పట్లగల మన ఆలోచన నుండి వస్తాయి. అందువల్ల, మనం ఏమి ఆలోచిస్తున్నామో మాత్రమే అదే అనుభూతి చెందగలము.

మీరు నిజంగా మీ ఉద్యోగాన్ని ద్వేషిస్తున్నారని అనుకుందాం, అది మీకు విపరీతమైన ఒత్తిడి, ఆందోళన, నిరాశను కలిగిస్తుంది. మీరు

పనిచేసే భవనంలో కాలు పెట్టడం కూడా మీకు బాధను కలిగిస్తుంది, మీ ఉద్యోగం గురించి ఆలోచిస్తే కోపం వస్తుంది. మీరు మీ ఉద్యోగం గురించి ఆలోచిస్తున్నప్పుడు, మీరు సోఫాలో కూర్చుని మీ కుటుంబంతో కలిసి టీవీ షో చూస్తున్నారు, కానీ మీ ఉద్యోగం గురించి ఆలోచిస్తూ మండిపడుతున్నారు. మీరు తప్ప అందరూ ఆ సమయాన్ని హాయిగా, ఆనందంగా గడుపుతున్నారు.

ఈ క్షణంలో, ఒకే సంఘటన జరుగుతున్నప్పటికీ, మీ కుటుంబంలోని ప్రతి ఒక్కరూ మీ కంటే భిన్నమైన జీవితానుభవాన్ని అనుభవిస్తున్నారు. మీరు శారీరకంగా పనిలో లేనప్పటికీ, పని గురించిన ఆలోచన, వాస్తవికత గురించి పూర్తిగా భిన్నమైన అవగాహనను సృష్టించింది.

బాహ్య సంఘటనలు మనకు లోపల ఎలా అనిపిస్తుందో అలా అనుభూతి చెందుతాయనేది నిజం అయితే, మీరు మీ కుటుంబంతో కలిసి, మీ గదిలో ఒక హాస్యభరితమైన టీవీ కార్యక్రమం చూసిన, ప్రతిసారీ మీరు సంతోషంగా ఉండాలి – కానీ అలా జరగదు.

ఇప్పుడు, మీరు మాత్రమే ఈ విధంగా అనుభూతి చెందుతున్నారని అనవచ్చు, ఎందుకంటే ఒక బాహ్య సంఘటన, మీ ఉద్యోగపు ఒత్తిడి, ఆందోళనకు గురి చేస్తోంది. ఇక్కడే ఒక ప్రశ్న అడుగుతాను, ప్రతి ఒక్కరూ తాము పనిచేస్తున్న ఉద్యోగం గురించి ఒకే విధంగా భావించడం నిజమేనా?

ఇద్దరు వేర్వేరు వ్యక్తులు ఒకే ఉద్యోగం చేయవచ్చు కాని ఆ ఉద్యోగం గురించి పూర్తిగా భిన్నమైన అనుభవాలను కలిగి ఉంటారు. ఇది ఒక వ్యక్తికి అత్యంత అద్భుతమైన అనుభవం, కలకన్న ఉద్యోగం అయి వుండచ్చు, కానీ మరొక వ్యక్తి కి చెత్త పీడకలలాంటిది, జీవితం నరకప్రాయంగా గడపడంలాంటిది కావచ్చు. ఈ ఇద్దరు వ్యక్తుల మధ్య ఉన్న ఏకైక వ్యత్యాసం ఏమిటంటే, వారు తమ ఉద్యోగం గురించి ఎలా ఆలోచిస్తారు, అంతిమంగా దాని గురించి ఎలా భావిస్తారో అనేదే.

ఇప్పుడు మీరు మీ ఉద్యోగాన్ని ద్వేషించే అసలు సన్నివేశానికి వెళ్దాం. మీరు దాని గురించి ఆలోచించినప్పుడు అది మీకు ఎంత ఒత్తిడి, ఆందోళన, చిరాకు, కలిగిస్తుందో గుర్తుంచుకోండి.

ఈ క్రింది ప్రశ్నకు సమాధానం ఇవ్వడం ద్వారా దాని గురించి త్వరగా ఆలోచనా ప్రయోగాన్ని చేద్దాం:

మీరు మీ ఉద్యోగాన్ని ద్వేషిస్తున్నారనే ఆలోచన లేకుండా వుంటే, మీరు ఏమి కావాలనుకుంటున్నారు?

మీ కోసం ఏం వస్తుందో గమనించటానికి 1 నిమిషం కేటాయించండి, అప్పటి వరకు ముందుకు సాగకండి.

మీరు అతిగా ఆలోచించకపోతే, నిజంగా ఆ సమాధానాలు మీలో నుండి వెలువడేలా చేస్తే, ఆ ఆలోచన లేకుండా, మీరు చాలా సంతోషంగా, ప్రశాంతంగా, స్వేచ్ఛగా, తేలికగా ఉన్న అనుభూతి చెందుతారు.

ఒక నిర్దిష్ట సంఘటన లేదా విషయం గురించి, సాధారణ ఆలోచన లేకుండా, దాని గురించి మన అనుభవం పూర్తిగా మార్చబడుతుంది. ఈ విధంగా మనం వాస్తవికతలో కాకుండా ఆలోచనల ప్రపంచంలో జీవిస్తున్నాము, వాస్తవికత పట్ల మన అవగాహన మన ఆలోచన ద్వారా లోపలి నుండి ఇలా సృష్టించబడుతుంది.

ఈ కొత్త అవగాహనతో, మీరు మానవ మానసిక బాధలన్నింటికీ గల కారణాన్ని కనుగొని దాని ముసుగు తొలగించారు.

మన బాధలకు మూలకారణం మన ఆలోచనలే.

ఇప్పుడు మీరు ఈ పుస్తకాన్ని గది మూలకి, విసిరేసి అంటించే ముందు, ఇదంతా మన మదిలో ఉందని, అది వాస్తవం కాదని చెప్పడం లేదు. వాస్తవికత పట్ల మన అవగాహన వాస్తవం. మనం ఏమనుకుంటామో, అదే అనుభూతి చెందుతాం. మన భావాలు నిజమైనవి. అవి పూర్తిగా కాదనలేనివి. ఏదేమైనా, మన వాస్తవికత ఎలా సృష్టించబడిందో చూడటం ప్రారంభించే వరకు మన ఆలోచన, అనివార్యమై, మార్చలేని వాస్తవంగా కనిపిస్తుంది. మనం ఏమి ఆలోచిస్తున్నామో అది మాత్రమే మనం అనుభూతి చెందగలమని తెలిస్తే, మన ఆలోచనలను మార్చడం ద్వారా మన భావాలను మార్చవచ్చని మనకుఅర్థం అవుతుంది. అందువలన, మన జీవితానుభవం మన ఆలోచన నుండి వచ్చిందని, తెలుసుకోవడం ద్వారా మన జీవితాన్ని మార్చవచ్చు. ఒకవేళ అదే నిజమైతే, ఏ క్షణంలోనైనా, భిన్నమైనదాన్ని అనుభవించడానికి, మన మొత్తం జీవితాలను మార్చడానికి, ఆలోచనా రహిత స్థితి అనే ఒకే ఒక ఆలోచనకి దూరంలో ఉంటాము.

ఒక్కమాటలో చెప్పాలంటే మనం ఆలోచించడం మానేసిన, మరుక్షణమే మన సంతోషం మొదలవుతుంది.

యువ సన్యాసి, ఖాళీ పడవ

(మన బాధలకు ఆలోచనే కారణమన్న ఒక జెన్ కథ)

చాలా కాలం క్రితం, ఒక యువ జెన్ సన్యాసి ఒక అడవిలో, సరస్సు సమీపంలో ఉన్న ఒక చిన్న ఆశ్రమంలో నివసిస్తున్నాడు.

ఆశ్రమంలో కొంతమంది అనుభవజ్ఞులైన సన్యాసులు నివసిస్తున్నారు. మిగిలిన వారు కొత్తవారు పైగా వారు నేర్చుకోవలసినది ఇంకా చాలా ఉంది. సన్యాసులకు ఆశ్రమంలో చాలా బాధ్యతలు ఉన్నాయి, వాటిలో ముఖ్యమైనది వారి దినచర్య. అక్కడ వారు కూర్చుని, కళ్ళు మూసుకుని, నిశ్శబ్దంగా గంటల తరబడి ధ్యానం చేయవలసి ఉంటుంది.

ప్రతి ధ్యానం తర్వాత, వారు తమ పురోగతిని వారి గురువుకు నివేదించాలి. ఒక యువ సన్యాసి వివిధ కారణాల వల్ల తన ధ్యాన అభ్యాస సమయంలో ఏకాగ్రతతో ఉండటానికి ఇబ్బంది పడ్డాడు. ఇది అతన్ని చాలా పిచ్చివాడిని చేసింది. యువ సన్యాసి తనకు పురోగతిలేకపోవడాన్ని, ధ్యానం పై మనసు లగ్నం అవకపోవడాన్ని, తన గురువుకు చెప్పిన తర్వాత, పెద్ద సన్యాసి, యువ సన్యాసిని ఒక రహస్యసందేశం కలిగి ఉన్న ఒక సాధారణ ప్రశ్న అడిగాడు: "మీకు నిజంగా కోపం రావడానికి కారణమేమిటో తెలుసా?" యువ సన్యాసి ఇలా జవాబిచ్చాడు, "సాధారణంగా నేను కళ్ళు మూసుకుని ధ్యానం చేయడం ప్రారంభించిన వెంటనే, ఎవరో నా చుట్టుపక్కల తిరుగుతున్నారు. దానితో నేను దృష్టి పెట్టలేకపోతున్నాను. నేను ధ్యానం చేస్తున్నానని తెలిసినా, ఎవరో నన్ను ఇబ్బంది పెడుతున్నారు కాబట్టి ఆందోళన చెందుతున్నాను. వారు అనుకూలంగా ఉండకపోతే ఎలా ? ఆపై నేను మళ్ళీ కళ్ళు మూసుకుని దృష్టి కేంద్రీకరించడానికి ప్రయత్నించినప్పుడు, పిల్లి లేదా చిన్న జంతువు నన్ను దాటుకుని వెళుతూ మళ్ళీ ఇబ్బంది పెడుతోంది. అదే సమయంలో, గాలి వీచడంతో, చెట్టు కొమ్మలు శబ్దం చేసినప్పుడు కూడా నాకు కోపం వస్తుంది. అది చాలవన్నట్టు, పక్షులు కిలకిలరావాలు చేస్తూనే ఉంటున్నాయి, ఈ ప్రదేశంలో నాకు ప్రశాంతత కలగడం లేదు."

సన్యాసి, శిష్యుడితో ఇలా అన్నాడు, "మీకు ఎదురయ్యే ప్రతి అంతరాయానికి, కోపగించడం నేను గమనించాను. ధ్యానం చేసే మీ ఉద్దేశ్యానికి ఇది పూర్తిగా విరుద్ధం.

మీ పనిలో మిమ్మల్ని ఇబ్బంది పెట్టే వ్యక్తులు లేదా జంతువులు లేదా మీ చుట్టూ ఉన్న ఏదైన వస్తువులపై కోపం రాకుండా ఉండటానికి మీరు ఒక మార్గాన్ని కనుగొనాలి." అని చెప్పాక, యువ సన్యాసి మఠం నుండి బయటకు వెళ్లి, ప్రశాంతంగా ధ్యానం చేయడానికి నిశ్శబ్దంగా ఉండే అనువైన స్థలాన్ని కనుగొనడానికి చుట్టూ చూశాడు. సమీపంలో ఉన్న సరస్సు ఒడ్డున అలాంటి ప్రదేశాన్ని కనుగొన్నాడు. తన చాప తెచ్చి కూర్చొని ధ్యానం చేయడం మొదలుపెట్టాడు. అయితే కొద్దిసేపటికే, సన్యాసి ధ్యానం చేస్తున్న సరస్సులో పక్షుల గుంపు పెద్దగా శబ్దం చేస్తూ వాలాయి. వాటి శబ్దం విన్న సన్యాసి ఏం జరుగుతోందో చూడటానికి కళ్ళు తెరిచాడు.

సరస్సు ఒడ్డు, మఠం కంటే నిశ్శబ్దంగా ఉన్నప్పటికీ, అతని ప్రశాంతతకు భంగం కలిగించే విషయాలు ఇంకా ఉన్నాయి, మళ్ళీ కోపం వచ్చింది. తను వెతుకుతున్న ప్రశాంతత లభించకపోయినా, సరస్సు వద్దకు తిరిగి వస్తూనే ఉన్నాడు. ఒక రోజు, సన్యాసి ఒక చిన్న కొయ్యకు పడవ చివర కట్టడం చూశాడు. సరిగ్గా అప్పుడే అతనికి ఒక ఆలోచన వచ్చింది: "నేను పడవను తీసుకొని సరస్సు మధ్యలోకి దిగి, అక్కడ ధ్యానం ఎందుకు చేయకూడదు ? సరస్సు మధ్యలో, నన్ను ఇబ్బంది పెట్టడానికి ఏమీ ఉండదు!" సరస్సు మధ్యలోకి పడవను తీసుకుని వెళ్లి అక్కడ ధ్యానం చేయడం ప్రారంభించాడు.

అతను ఊహించినట్లుగానే, సరస్సు మధ్యలో ఇబ్బంది పెట్టడానికి ఏమీ లేదు, రోజంతా ధ్యానం చేయగలిగాడు. చివరికి మఠానికి తిరిగి చేరుకున్నాడు. ఇది కొన్ని రోజుల పాటు కొనసాగింది, చివరికి ప్రశాంతంగా ధ్యానం చేయడానికి ఒక స్థలాన్ని కనుగొన్నందుకు సన్యాసి పులకించిపోయాడు. కోపం రాలేదు, ధ్యాన అభ్యాసాన్ని ప్రశాంతమైన పద్ధతిలో కొనసాగించగలిగాడు.

మూడవ రోజు, సన్యాసి పడవలో కూర్చుని, సరస్సు మధ్యలోకి చేరి, మళ్ళీ ధ్యానం చేయడం ప్రారంభించాడు. కొన్ని నిమిషాల తర్వాత నీటి చప్పుడు వినిపించడంతో, పడవ ఊగిపోతున్నట్లు అనిపించింది. సరస్సు

మధ్యలో కూడా ఎవరో, ఏదో తనను ఇబ్బంది పెడుతున్నారని కలత చెందడం మొదలుపెట్టాడు.

అతను కళ్ళు తెరిచి చూసేసరికి ఒక పడవ నేరుగా తన వైపు రావటాన్ని చూశాడు. "మీ పడవను దూరంగా నడపండి, లేకపోతే మీరు నా పడవను ఢీకొంటారు" అని అరిచాడు. కానీ ఆ పడవ నేరుగా అతని వైపు వస్తూనే ఉంది. అది కూడా కొన్ని అడుగుల దూరంలో ఉంది. అతను మళ్ళీ అరిచాడు, కానీ పరిస్థితిలో ఏమీ మార్పురాలేదు. కాబట్టి ఎదురుగా వస్తున్న పడవ సన్యాసివున్న పడవను ఢీకొట్టింది. అప్పుడు అతనికి కోపం వచ్చింది. "మీరెవరు, ఈ విశాలమైన సరస్సు మధ్యలో నా పడవను ఎందుకు ఢీకొట్టారు?" అని అరిచాడు. సమాధానం లేదు. దీంతో ఆ యువ సన్యాసి మరింత రెచ్చిపోయాడు.

అవతలి పడవలో ఎవరున్నారో, చూడటానికి లేచి నిలబడ్డాడు, పడవలో ఎవరూ లేరని తెలిసి ఆశ్చర్యపోయాడు.

ఆ పడవ బహుశా గాలి వాటానికి కొట్టుకు వచ్చి సన్యాసి పడవను ఢీకొట్టింది. సన్యాసికి కోపం తగ్గుముఖం పట్టింది. అది కేవలం ఖాళీ పడవ! కోపగించుకునేందుకు అందులోఎవరు లేరు!

ఆ క్షణంలో అతనికి తన గురువు ప్రశ్న గుర్తుకు వచ్చింది: "మీకు నిజంగా కోపం రావడానికి కారణమేమిటో మీకు తెలుసా?" ఆ తర్వాత అతను ఇలా అర్థం చేసుకున్నాడు: "ఇతర వ్యక్తులు, పరిస్థితులు లేదా సందర్భాలు కాదు. అలాగే ఖాళీ పడవ కూడా కాదు, నా కోపానికి కారణం నా ప్రతిస్పందనే అవుతుంది. నన్ను కలచివేసే, నేను కోపగించుకునే వ్యక్తులు, పరిస్థితులు అన్నీ ఖాళీ పడవ లాంటివే. నా స్పందన లేకుండా, నాకు కోపం తెప్పించే శక్తి వారికి లేదు.

ఆ తర్వాత సన్యాసి పడవను నడుపుకుంటూ తిరిగి ఒడ్డుకు వచ్చాడు. అతను మఠానికి తిరిగి వచ్చి, ఇతర సన్యాసులతో కలిసి ధ్యానం చేయడం ప్రారంభించాడు. చుట్టుపక్కల ఇంకా శబ్దాలు, అవాంతరాలు ఉన్నాయి. కానీ సన్యాసి వాటిని "ఖాళీ పడవ"గా భావించి ప్రశాంతంగా తన ధ్యానం కొనసాగించాడు. పెద్ద సన్యాసి ఆ తేడాను చూసినప్పుడు, యువ సన్యాసితో "మీకు నిజంగా కోపం తెప్పించేది ఏమిటో కనుగొన్నారని, అలాగే మీరు దానిని అధిగమించడాన్ని కూడా చూస్తున్నాను."అన్నాడు".

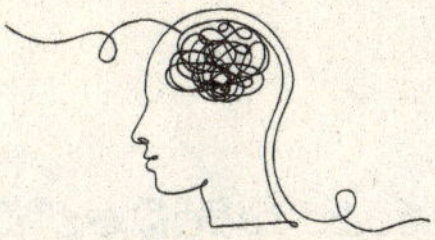

3

మనం కూడా ఎందుకు ఆలోచిస్తాము?

“

నేను మళ్లీ మళ్లీ ఆనందం గురించి ఆలోచిస్తూనే ఉంటాను.
ఓ లక్ష సార్లు, ఆనందం గురించి ఆలోచించాను.
ఒక్కసారీ ఆనందాన్ని రుచి చూడలేదు అనుభవించలేదు

”

జోనాథన్ సఫ్రాన్ ఫోయర్

మానవులమైన మనం హేతుబద్ధీకరించడానికి, విశ్లేషించడానికి, ఆలోచించడానికి, మన మనుగడకు సహాయపడే, అధునాతన సామర్థ్యాన్ని అభివృద్ధి చేసుకున్నాం. మన మనస్సు మనల్ని సజీవంగా ఉంచే అద్భుతమైన పనిని చేస్తుంది, కానీ మనం వృద్ధి చెందడానికి సహాయం చేయదు. ఇది మన భద్రత, మనుగడకు మాత్రమే సంబంధించినది, కానీ అది మన ఆశయాలను, ఆనందాన్ని నెరవేర్చదు.

పర్యావరణంలో ప్రాణాలకు ముప్పు కలిగించే ప్రమాదాల గురించి మనల్ని హెచ్చరించడం మనస్సు యొక్క పని. అది దాని పనిని చాలా బాగా చేస్తుంది, ఇది బెదిరింపుల కోసం, తక్షణ పరిసరాలను సూక్ష్మంగా పరీక్ష చేయడమే కాకుండా, సూచనలు కూడా ఇస్తుంది.

ఊహాజనిత దృశ్యాలను సృష్టించడానికి, మన జ్ఞాపకాల ఆధారంగా భవిష్యత్తులో సంభావ్య ప్రమాదాలను ఊహిస్తుంది.

ఇందులో ఏదీ తప్పు కాదు. మనస్సు తాను రూపొందించిన పనిని మాత్రమే చేస్తోంది. మనం బ్రతకడానికి సహాయం చేయడమే దాని ఏకైక కర్తవ్యమని మనం అర్థం చేసుకోనప్పుడు, మనం దానిమీద కోపంతో, విసుగు చెందుతాము. అన్ని సంఘర్షణలు, అమాయక అపార్థం నుండి ఉద్భవించాయి. మనల్ని బ్రతికించడమే మన మనస్సు కర్తవ్యం. మన స్పృహ తాలూకా కర్తవ్యం నెరవేరినట్లు భావించడంలో మనకు సహాయపడుతుంది. మీ కోసం శాంతి, ప్రేమ, ఆనందాన్ని కనుగొనడానికి మీరు ఈ ప్రయాణంలో మొదటి స్థానంలో ఉండటానికి కారణంమీ ఆత్మ.

మీ మనస్సు చేసిన పనిలో, అద్భుతంగా సాయ పడింది, కానీ ఇప్పుడు అదిచేసిన పని నుండి ఉపశమనం పొందవచ్చు. ఎందుకంటే,ప్రస్తుత కాలంలో మనమేమి అడవిలో బతకడం లేదు. అడవిలో అయితే మరణం ఏ రూపంలో, ఎక్కడ ఏ మూల పొంచి ఉందో, ఎలా ముంచుకొస్తుందో తెలియదు.

మనం మన మనస్సులపై ఆధారపడితే, నిరంతరం పోరాటం, పారిపోవటం, ఆందోళన, భయం, నిరాశ, కృంగిపోవడం, కోపం, ఆగ్రహం,ఇలా అన్ని ప్రతికూల భావోద్వేగాలతో ఉండాల్సి వస్తుంది. ఎందుకంటే, మనస్సు ప్రతిదీ మన ఉనికికే ముప్పుగా భావిస్తుంది. మీరు స్వేచ్ఛగా, సంతోషంగా, శాంతియుతంగా, ప్రేమగా ఉండాలంటే, మీ మనసులోని మాటను మాత్రమే వింటూ వెళ్లాలి. దానికంటే చాలా గొప్పదానికి మిమ్మల్ని మీరు మలచుకుంటే, జీవించడానికి మాత్రమే కాకుండా అభివృద్ధి చెందడానికి అది సహాయపడుతుంది.

4

ఆలోచనలు వర్సెస్ ఆలోచించడం

“

ఆలోచించడం ఆపండి మీ సమస్యలకు ముగింపు పలకండి

”

లావో ట్జు

ఆలోచనలు శక్తివంతమైన, మానసిక ముడి పదార్థాలు. వాటిని ప్రపంచంలోని ప్రతిదాన్ని సృష్టించడానికి ఉపయోగిస్తాము. ఆలోచన లేకుండా మనం ఏదీ అనుభవించలేం. ఆలోచనలు నామవాచకాలు అని తెలుసుకోవడం ముఖ్యం. అవి మనం చేసేవి కావు, మనతో ఉన్నవి. ఒక ఆలోచన మన నుండి ఎటువంటి ప్రయత్నాన్ని, బలాన్ని తీసుకోదు, అలా వచ్చేస్తుంది. మన మనస్సుల్లోకి వచ్చే ఆలోచనలను మనం నియంత్రించలేము. ఆలోచనల మూలం మన మనస్సులకు మించిన వాటి నుండి వస్తుంది-కోరుకుంటే విశ్వం కూడా అందిస్తుంది.

అయితే ఆలోచనలకీ, ఆలోచించడానికి ఉన్న తేడా ఏమిటంటే ఆలోచించడం అనేది ఒక క్రియాత్మక స్వభావం కలది. అందువల్ల దానికి తగినంత ప్రయత్నము, పూనిక, ఇచ్ఛా శక్తి అవసరం అవుతాయి. ఇవన్నీ అనంతాలు కావు (పరిమితపరిమాణానికి లోబడి ఉంటాయి.) మన మనసులోని ఆలోచనలను చేతనాత్మక రూపంలోకి తెచ్చుకోవటమే ఆలోచించడం. అంటే సక్రియా పూర్వకంగా వాటిల్లో నిమగ్నం అవ్వడం అన్నమాట. మన మనసులోని ప్రతి ఆలోచన గురించి మనం సక్రియాత్మకంగా నిమగ్నం అవ్వాలని ఏం లేదు కదా, ఒకవేళ అలా అయి ఉంటే అదే ఆలోచించడం.

మన మానసిక బాధలన్నింటికీ ఆలోచనే మూలకారణం.

ఇప్పుడు మీరు ఆశ్చర్యపోవచ్చు, సానుకూల ఆలోచనలు ఈ సందర్భంలో ఎక్కడ సరిపోతాయి? అని. సానుకూల ఆలోచనలు, మంచి అనుభూతిని కలిగించే ఆలోచనలు, ఆలోచన యొక్క ఫలితం కాదు. అవి మన సహజమైన శాంతి, ప్రేమ, ఆనందం ద్వారా ఉత్పన్నమవుతాయి. అవి ఆలోచనా స్థితికి, ఉప ఉత్పత్తి కాదు. మనం దాని గురించి తదుపరి అధ్యాయంలో లోతుగా చర్చిద్దాం.

ప్రస్తుతానికి, ఆలోచనా ప్రయోగం చేద్దాం.

నేను మిమ్మల్ని ఒక ప్రశ్న అడుగుతాను, మీరు చేయాల్సిందల్లా, ఏమి అనుభవిస్తున్నారనే దాని గురించి తెలుసుకోవడమే. తరువాతే మనం ఏమి జరిగిందో సమీక్షిద్దాం.

ఒక సంవత్సరంలో మీరు సంపాదించాలనుకుని కలగంటున్న డబ్బు ఎంత?

ఇక్కడ కొంచెం ఆగండి. సమాధానం కోసం వేచి ఉండండి.

మీరు ఒక సంవత్సరంలో ఎంత డబ్బు సంపాదించాలనుకుంటున్నారు అనేదానికి, సమాధానం గురించి ఆలోచించడానికి 30-60 సెకన్ల సమయం ఇవ్వండి.

మీరు ఎంత సంపాదించాలనుకుంటున్నారు అనే దాని గురించి తగినంత ఆలోచన వచ్చే వరకు తదుపరి దశకు వెళ్లవద్దు.

ఇప్పుడు ఆ మొత్తాన్ని 5 తో గుణించండి.

మీరు దానిని 5తో గుణించినప్పుడు, మీ ఆదాయం విషయంలో ఈ కొత్త లక్ష్యం గురించి మీరు ఏమనుకుంటున్నారు?

మీరు దాని గురించి ఆలోచించినప్పుడు, ఎలా అనిపిస్తుందో తెలుసుకోవడానికి కనీసం మరో 30-60 సెకన్ల సమయం తీసుకోండి, మీరు మీ భావోద్వేగాలను అనుభవిస్తున్నప్పుడు మీకు ఏ ఆలోచన వస్తుందో గమనించండి.

మీరు పైన పేర్కొన్న వాటిని చేసే వరకు ముందుకు కదలకండి.

సరే, దాన్ని తీసుకుని, ఏమి జరిగిందో సమీక్షిద్దాం. మీరు సంవత్సరానికి సంపాదించాలనుకుంటున్న మొత్తం ఎంత అని నేను మొదటి ప్రశ్న అడిగిన తర్వాత, కొన్ని సెకన్లలో మీ మనస్సులో సమాధానం వచ్చింది. అదొక ఆలోచన. అది మీకు ఎంత త్వరగా, అప్రయత్నంగా వచ్చిందో గమనించండి.

మీ మనసులో ఒక సమాధానం వచ్చిన తర్వాత, మీ సమాధానం గురించి ఆలోచించమని మిమ్మల్ని అడిగాను. మీ సమాధానం గురించి ఆలోచించమని అడిగాక ఏమి జరిగింది?

మీరు చాలా మంది వ్యక్తుల్లా ఉంటే, మీరు ఆలోచన గురించి ఆలోచించడం ప్రారంభించిన తర్వాత మీరు అనూహ్యమైన రోలర్‌కోస్టర్‌పైకి వెళ్లి ఉండవచ్చు.

మీరు అంత సంపాదించడానికి అవకాశం లేదు, మీ కుటుంబంలో ఎవరూ అంత డబ్బు సంపాదించడం లేదు. అంత సంపాదించడం ఎలాగో మీకు తెలియదు. అంత డబ్బు కోరుకోవడం మూర్ఖత్వమా, కాదా అని అత్యాశగా ఆలోచిస్తూ ఉండవచ్చు.

మీరు ఆలోచిస్తున్నప్పుడు, ఆ ఆలోచనలు మీకు ఎలా అనిపించాయో గమనించండి.

చాలా మటుకు అది అంత గొప్పగా అనిపించలేదు, కానీ, దాని గురించి మీరు ఏమి చేయగలరో త్వరలో చెప్తాను.

ఆలోచించటానికి,ఆలోచనలకు మధ్య ఉన్న తేడాకి ఇది ఒక ప్రధాన ఉదాహరణ.

నేను మిమ్మల్ని ఒక ప్రశ్న అడిగితే, మీ మనసులో 100% ఆలోచన వస్తుంది.

ఆలోచనలు స్వతహాగా చెడ్డవి కావు. అవి మనం ప్రపంచంలో సృష్టించే శక్తివంతమైన మానసిక ముడి పదార్థాలు అని గుర్తుంచుకోండి.

మన ఆలోచనల గురించి మనం ఆలోచించే క్షణం మనం ఎమోషనల్ రోలర్‌కోస్టర్‌లో పడటం ప్రారంభించినప్పుడు, మన ఆలోచనల గురించి ఆలోచించినప్పుడు, ఆలోచనలను నిర్ధారించడం, విమర్శించడం, అన్ని రకాల అంతర్గత భావోద్వేగ గందరగోళాలను అనుభవించడం ప్రారంభిస్తాము.

మీరు ఎంత సంపాదించాలనుకుంటున్నారు అని నేను మిమ్మల్ని అడిగినప్పుడు, మీకుఒక మొత్తం గురించి ఆలోచన వచ్చింది.

ఆ ఆలోచన తటస్థమైనది, ఎటువంటి భావోద్వేగ శ్రమను కలిగించలేదు. నిజానికి, అది ఉత్సాహంగా,విస్తారమైన అనుభూతి ని కలిగించివుండవచ్చు.

మీరు ఎంత సంపాదించాలనుకుంటున్నారు అనే ఆలోచన గురించి, ఆలోచించడం ప్రారంభించినప్పుడే సందేహం, అనర్హత, ఆందోళన, కోపం, అపరాధం, అనుభవంలోకి రాని ఏదైనా ఇతర భావోద్వేగాన్ని అనుభవించారు.

మన బాధలన్నింటికీ ఆలోచనే మూలం అని చెప్పడం ద్వారా నా ఉద్దేశ్యం ఇదే. మీరు ఎంత సంపాదించాలనుకుంటున్నారన్న ప్రాథమిక ఆలోచనను కలిగి ఉండటం వలన, దాని గురించి ఆలోచించడం ప్రారంభించే వరకు ఎటువంటి బాధ కలగలేదు.

మన ఆలోచనల గురించి ఆలోచించడం లేదా వాటిని అంచనా వేయవలసిన అవసరం లేదు. అలా చేయడం వల్ల మనకు ఎలాంటి ప్రయోజనం ఉండదు. ఆలోచన మనకు సహాయపడుతుందని మనం అనుకోవచ్చు, కానీ

అది నిజంగా చేస్తున్నదంతా ప్రతికూల, అవాంఛిత భావోద్వేగాలన్నింటినీ అనుభూతి చెందేలా చేస్తుంది, మనం ఎందుకు చేయలేము లేదా ఎందుకు కోరుకోకూడదు అనే కారణాలను సృష్టించేలా చేస్తుంది.

మీరు ఎంత సంపాదించాలనుకుంటున్నారు అని నేను మొదట అడిగినప్పుడు మీ మదిలో మెదిలిన మొదటి ఆలోచన మాత్రమే ఉపయోగకరంగా, సహాయకరంగా ఉంది. తర్వాత జరిగిన ఆలోచనలన్నీ విధ్వంసకరమైనవి. పనికిరానివి.

ఆలోచనలు సృష్టిస్తాయి. ఆలోచించడం నాశనం చేస్తుంది.

ఆలోచించడం వినాశకారి.కారణం ఏమిటంటే, మనం ఆలోచనల గురించి ఆలోచించడం ప్రారంభించిన వెంటనే, మన పరిమితమైన నమ్మకాలు, తీర్పులు, విమర్శలు, ప్రోగ్రామింగ్, కండిషనింగ్‌లను ఆలోచనపైకి వేస్తాము. మనం ఎందుకు చేయలేము, ఎందుకు కలిగి ఉండలేము అనేదానికి అనంతమైన కారణాల గురించి ఆలోచిస్తాము.

ఆలోచించకుండా, అన్ని ప్రతికూల ప్రోగ్రామింగ్‌లను, తీర్పులను, సృష్టించాలనుకుంటున్న దానితో తొలి దశలోనే తుంచివేస్తాం.

మీరు కోరుకున్న మొత్తంలో డబ్బు సంపాదించడానికి కొన్ని మార్గాలను అడిగితే, మీరు అక్కడే ఎక్కువసేపు వుంటే, దానిని సాధించగలిగే మార్గాల గురించి పలు ఆలోచనలు మీ బుర్రలోకి వస్తాయి.

ఇవి సృష్టి అందించిన ఆలోచనలు. ఆలోచనలు అంతర్లీనంగా అనంతమైనవి, విస్తృతమైనవి, అవి శక్తివంతంగా సానుకూలంగా ఉంటాయి. సానుకూల భావోద్వేగాలు కలిగినప్పుడు, తేలికగా, సజీవంగా ఉన్నాయనుకున్నప్పుడు, మీరు దైవిక ఆలోచనలను కలిగి ఉన్నారని తెలుస్తుంది.

మీకు కావలసిన డబ్బు సంపాదించగల మార్గాల గురించి ఆలోచించడం ప్రారంభించిన వెంటనే, ప్రతికూల భావోద్వేగాల దాడితో, భారంగా, పరిమితమైనట్లు భావిస్తారు. మీరు ఆలోచిస్తే ఈ విధంగా తెలుస్తుంది.

నేను విశ్వం అందించే ఆలోచనలని సూటిగా డౌన్‌లోడ్ చేసుకోగలుగుతున్నానా లేదా నా ఆలోచనల గురించి ఆలోచిస్తున్నానా అని చెప్పే అంతర్గత రాడార్‌గా నా అనుభూతులను ఉపయోగిస్తాను.

మీరు ఏమి ఆలోచిస్తున్నారో మాత్రమే ఎప్పుడైనా అనుభూతి

చెందగలరు, కాబట్టి భావాలు, భావోద్వేగాలు ఒక సహజమైన అంతర్గత డ్యాష్‌బోర్డ్ లాగా ఉంటాయి, ఇది ఎక్కువగా ఆలోచిస్తున్నానా లేదా అని తెలియజేస్తుంది.

నేను చాలా ప్రతికూల భావోద్వేగాలను కలిగి ఉంటే, చాలా ఎక్కువగా ఆలోచిస్తున్నానని తెలుసు. విజయం కోసం మనం సహజంగా ఎలా సృష్టించబడ్డామో అనేదానికి ఇదొక ఉదాహరణ.

మీ మనస్సులో ఏది ఉందో గుర్తించడంలో మీకు సహాయపడటానికి ఆలోచనలు vs. ఆలోచనచేయడం లని పోల్చే చార్ట్ క్రింద ఉంది:

ఆలోచనలు వర్సెస్ ఆలోచించడం

గుణం	ఆలోచన	ఆలోచిండం
మూలం	విశ్వం	అహం
బరువు	తక్కువ	ఎక్కువ
శక్తి	విస్తారణ	నియంత్రణ
ప్రకృతి	అనంతం	పరిమితం
నాణ్యత (నిర్మాణాత్మక)	సృజనాత్మక	విధ్వంసక
ఛార్జ్	పాజిటివ్	నెగిటివ్
ఎసెన్స్ (డివైన్)	దైవిక (మోర్టల్)	మానవ
భావన	సజీవమైన	ఒత్తిడితో కూడినది
భావము	ప్రేమ	భయము (ఎమోషన్)
నమ్మకం	అనంతమైన అవకాశాలు	పరిమితమైన అవకాశాలు
ఇంద్రియానుభూతి	సంపూర్ణత	అసంపూర్ణత
ప్రయత్నం	తక్కువ పరిశ్రమతో	పరిశ్రమతో కూడిన

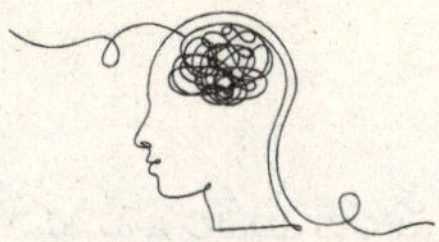

5

మనం ఏమి ఆలోచిస్తున్నామో మాత్రమే గ్రహించగలిగితే, అలా అనుభూతి చెందడానికి సానుకూలంగా ఆలోచించాల్సిన అవసరం లేదా?

“

శాంతి, ప్రేమ, సంతోషం నుండి మనం ఎప్పుడూ ఒకే అడుగు (ఆలోచన) దూరంగా ఉంటాము–ఇది ఆలోచన లేని స్థితి నుండి వస్తుంది.

”

డికెన్ బెట్టింగర్

మనం ఏమి ఆలోచిస్తున్నామో దానిని మాత్రమే మనం అనుభవించగలము అనే సూత్రానికి, నేను ఇంకా ప్రస్తావించని ఒక మినహాయింపు ఉంది. దానిని వివరించడానికి మరింత ఖచ్చితమైన మార్గం ఏమిటంటే, మనం ఆలోచిస్తున్నప్పుడు మాత్రమే ప్రతికూల భావోద్వేగాలను అనుభవించగలము.

ప్రతికూల భావోద్వేగాలను పూర్తిగా ఆపడం లక్ష్యం కాదు. ఎవరూ కనిపించకుండా ఒంటరిగా చీకటి సందులో నడవాలని నిర్ణయించుకున్నప్పుడు భయంగా అనిపించడం వంటి కొన్ని ప్రతికూల భావోద్వేగాలు సహాయపడతాయి.

ఈ ప్రతికూల భావోద్వేగాలు జీవించడానికి మాత్రమే సహాయపడతాయి, కానీ నిరంతరం జీవితం లేదా మరణ పరిస్థితులను ఎదుర్కోకపోతే, ప్రతికూల భావోద్వేగాలు ఎక్కువ సహాయపడవు.

మనం కష్టపడకుండా భౌతికంగా జీవనం కొనసాగిస్తున్నట్లయితే చాలా సందర్భాలలో ప్రతికూల భావోద్వేగాలు అవసరం లేదు.

మనం ఏమి ఆలోచిస్తున్నామో అదిమాత్రమే అనుభూతి చెందగలమని చెప్పినప్పుడు, సానుకూల భావోద్వేగాలను అనుభవించడానికి, సానుకూలంగా ఆలోచించాలని చాలా మంది అనుకుంటారు.

ఇది నిజమా కాదా అని మిమ్మల్ని ఒప్పించే బదులు, మరొక ఆలోచనా ప్రయోగం చేద్దాం, తద్వారా మీఅంత మీరుగా సత్యాన్ని అర్థం చేసుకుంటారు.

జీవితంలో మీరు అనుభవించిన అత్యంత ఆనందాన్ని ప్రేమను, అనుభవించిన సమయాన్ని గుర్తు చేసుకోండి. ఆ సమయంలో అనిపించిన భావాలను కనీసం 30 సెకన్ల పాటు అనుభూతి చెందండి.

అత్యంత ఆనందం, ప్రేమ అనుభవించిన ఆ అద్భుతమైనక్షణంలో మీ మనస్సులో ఎలాంటి ఆలోచనలు ఉన్నాయి? (ఆ సమయంలో మీరు ఏమి చేస్తున్నారో అడగడం లేదు, కానీ ఆ సమయంలో మీలో ఎలాంటి ఆలోచనలు ఉన్నాయి.)

దీనికి సమాధానమిచ్చే చాలా మంది, సరిగ్గా ఆ క్షణంలో తమకు ఎలాంటి ఆలోచనలు లేవని వారు గ్రహించారు. మరికొందరిరు చాలా కృతజ్ఞతతో లేదా సంతోషంగా ఉన్నామని చెప్పారు.

కృతజ్ఞతతో ఉన్నారని సమాధానం ఇచ్చిన వారు, ఆ ఆలోచన రాకముందు లేదా తర్వాత ఆ ఆనందం, ప్రేమను అనుభవించారా?

ముందుకు సాగే ముందు ఈ ప్రశ్నకు సమాధానం ఇవ్వడానికి 10–15 సెకన్లు తీసుకోండి.

మీకు ఎలాంటి సూచికలు, ప్రమాణాలు, తారసపడుతున్నాయి?

విచిత్రమైన విషయమేమిటంటే, చాలా మంది వ్యక్తులు తమ జీవితంలో అత్యంత సంతోషాన్ని, ప్రేమని అనుభవించినప్పుడు వారి మనస్సులో ఎలాంటి ఆలోచనలు ఉండవు. కృతజ్ఞతాభావం కలిగిన వారికి, ఆ ఆలోచన వచ్చేముందు అలా అనిపించింది.

ఆ ఆలోచన, వారు ఆభావాలను అనుభవించిన తర్వాత వచ్చింది. కాబట్టి ఆలోచన అనుభూతిని కలిగించలేదు.

ఇది మనకి మరొక సత్యాన్ని అందిస్తుంది: **మీరు సానుకూల భావోద్వేగాలను అనుభవించడానికి ఆలోచనలు లేదా ఆలోచించాల్సిన అవసరం లేదు.**

సత్యం గురించి గొప్ప విషయం ఏమిటంటే దానికి ఎటువంటి వత్తాసు అవసరం లేదు. ఎందుకంటే అది ఇక్కడే, ఇప్పుడే అనుభవించవచ్చు. ఇది మీకు నిరూపించబడటం లేదా హేతుబద్ధీకరించడం అవసరం లేదు, మనం ఇప్పుడే చేసిన ప్రయోగం ద్వారా ఈ సత్యాన్ని ప్రత్యక్షంగా అనుభవించారు.

ఆనందం, ప్రేమ వంటి సానుకూల భావోద్వేగాలను అనుభవించడానికి మనకు ఆలోచనలు లేదా ఆలోచించాల్సిన అవసరం లేదు.

అది మన సహజ స్థితి అంటే ఆనందం, ప్రేమ, పారవశ్యం, స్వేచ్ఛ, కృతజ్ఞత. ఇది నమ్మడం కష్టంగా ఉండవచ్చు, ఎందుకంటే ఇది సహజమైనదైతే, మనం ఎల్లప్పుడూ అలా ఎందుకు వుండకూడదు? దీనికి సమాధానం ఇస్తాను.

మనం ఏదైనా సహజ స్థితిని చూడాలనుకుంటే, ప్రకృతిని, దాని స్థితిని దాని శైశవదశలో చూడడం (అది దాని పర్యావరణం ద్వారా ప్రభావితమయ్యే, కండిషన్ చేయబడే ముందు) ఉత్తమమైన మార్గాలలో ఒకటి.

ఉదాహరణకు, శిశువు సహజ స్థితిని చూద్దాం. శిశువు సహజమైన, డిఫాల్ట్ స్థితి అంటే ఏమిటి (శిశువు నిర్లక్ష్యం చేయబడలేదు లేదా ఏదైనా శారీరక సమస్యలు కలిగి లేదు) పిల్లలు సహజంగా ఒత్తిడి, ఆత్రుత, భయం, స్వీయ స్పృహతో ఉన్నారా? లేదా వారు సహజంగా ఆనందంగా, ప్రేమగా ఉన్నారా?

మన సహజ స్థితి ఆనందం, ప్రేమ, శాంతి. అందువల్ల, మనం చేసే ఏ ఆలోచనయినా మనల్ని ఆ సహజ స్థితి నుండి దూరం చేస్తుంది, అందుకే మనం చాలా ఒత్తిడికి గురైనప్పుడు, ఎన్నో ఆలోచనలు వస్తాయి. అనుభూతి చెందుతున్న ప్రతికూల భావోద్వేగపు శక్తి మనం ఆ క్షణంలో ఎంత ఆలోచిస్తున్నామో దానికి ప్రత్యక్ష నిష్పత్తిలో ఉంటుంది.

మరోవైపు, మనం అనుభూతి చెందుతున్న సానుకూల భావోద్వేగం యొక్క తీవ్రత, ఈ క్షణంలో మనం చేస్తున్న ఆలోచనల మొత్తానికి విలోమాను పాతంలో ఉంటుంది. మరో మాటలో చెప్పాలంటే, వర్తమానంలో, మనం ఎంత తక్కువ ఆలోచనతో ఉంటామో, సానుకూల భావోద్వేగం అంత బలంగా ఉంటుంది.

ఇందులో నిజానిజాలు తెలుసుకోవాలంటే, మీరు చాలా ఒత్తిడికి లోనైనప్పుడు, ఆత్రుతగా ఉన్నప్పుడు కొన్ని ఇతర జ్ఞాపకాలను గుర్తు చేసుకోండి, ఆ సమయంలో ఎంత ఆలోచన జరుగుతుందో చూడండి.

దీన్ని చేయడానికి 1–2 నిమిషాలు తీసుకోండి..

ఆ తర్వాత మీరు ఎప్పుడెప్పుడు చాలా సంతోషంగా ఉన్నారో లేదా ఎంతో ఆనందం, ప్రేమను అనుభవించిన కొన్ని జ్ఞాపకాలను గుర్తుకు తెచ్చుకోండి, ఆ సమయంలో ఎంతగా ఆలోచిస్తున్నారో చూడండి.

మీరు చూసే వాస్తవాన్ని నిజంగా అనుభవించడానికి, అంతర్గతీకరించ డానికి ముందు దీన్ని చేయడానికి మరో 1–2 నిమిషాలు తీసుకోండి.

ఈ భావనను స్థిరీకరించడంలో సహాయపడిన నా కోచ్ నాకు నేర్పించిన సారూప్యత ఏమిటంటే, మన మనస్సులో స్పీడోమీటర్ (కారులో లాగా) ఉందని ఊహించుకోవడం, కానీ గంటకు మైళ్లకు బదులుగా,

ఇది నిమిషానికి ఆలోచనలని లెక్క కడుతుంది. మనం ఎంత ఎక్కువగా ఆలోచిస్తున్నామో, "ఆలోచన-మీటర్" ఎక్కువ అవుతుంది. మనకు ఎక్కువ ఆలోచన ఉంటే, అది రెడ్ జోన్‌లోకి వెళుతుంది. ఇలాంటప్పుడు మనం చాలా ఒత్తిడికి గురవుతాము, వేగిపోతాం, నిరాశ, కోపంతో రగిలిపోతాం.

ఇది మన ఆలోచన దేని గురించి చేస్తున్నాం అనే దానికన్నా ఆలోచిస్తూఉండటం అనేది మనకు ఒత్తిడి కలిగిస్తుంది. మనం చేసే ఆలోచనల పరిమాణం, ఏ క్షణంలోనైనా మనం ఎదుర్కొంటున్న ఒత్తిడి, ప్రతికూల భావోద్వేగాల పరిమాణానికి నేరుగా సంబంధం కలిగి ఉంటుంది.

మీరు చాలా నిరాశ, ఒత్తిడి, ఆందోళన లేదా ఏదైనా అనుభవిస్తున్నప్పుడు ప్రతికూల భావావేశాలు, మీరు ఆలోచించడం వల్లనే అని తెలుసుకోండి, ఆ భావోద్వేగాల తీవ్రత నేరుగా ఎంత ఆలోచన జరుగుతోందో దానితో సంబంధం కలిగి ఉంటుంది.

అందువల్ల, మనం దేని గురించి ఆలోచిస్తున్నామో అది మనకు బాధ కలిగించదు, మనం ఆలోచిస్తున్నాము అనే అంశం బాధ కలిగిస్తుంది

సంగ్రహంగా చెప్పాలంటే, ప్రేమ, ఆనందం, ఆహ్లాదం, మనకు కావలసిన ఏదైనా సానుకూల భావోద్వేగాలను అనుభవించడానికి "సానుకూలంగా ఆలోచించడానికి" ప్రయత్నించాల్సిన అవసరం లేదు, ఎందుకంటే ఆ భావోద్వేగాలను అనుభవించడం మన సహజ స్థితి. మనం సహజంగా వుండని సమయాల్లో మాత్రమే ఆలోచించడం ప్రారంభించినప్పుడు ఈ భావోద్వేగాలను అనుభవిస్తాము, తద్వారా అనంతమైన మేధస్సుకు ప్రత్యక్ష కనెక్షన్‌కు నిరోధంఏర్పడి, ఒత్తిడికి, ఆత్రుతకి, నిరాశకు, భయానికి గురవుతాము. ఇది మనసహజ ఆలోచన లోని విషయం గురించి కాదు, అయినా మనం ఆలోచిస్తున్నాము, ఇది మన బాధలకు మూల కారణం. ప్రతికూల భావోద్వేగాల తీవ్రత, ప్రస్తుతం మనం చేస్తున్న ఆలోచనల పరిమాణానికి నేరుగా సంబంధం కలిగి ఉంటుంది. మనం ఎంత తక్కువ ఆలోచన చేస్తే, సానుకూలత కోసం మనంఅంత ఎక్కువ అవకాశాన్ని సృష్టిస్తాము. భావోద్వేగాలు సహజంగా బయటపడతాయి.

6

మానవానుభవం ఎలా సృష్టించబడుతుంది— మూడు సూత్రాలు

"

అనుభవాలకి భయపడకూడదు అనే ఒక విషయాన్నే కనుక మనుషులు నేర్చుకుంటే అదే ఈ ప్రపంచంలో మార్పుకు నాంది పలుకుతుంది.

"

సిడ్నీబేంక్స్

ప్రాథమిక స్థాయిలో, మానవ అనుభవం మూడు సూత్రాల ద్వారా సృష్టించబడుతుంది: విశ్వజనీనమయిన మెదడు లేదా మేధా, స్పృహ, ఆలోచన. ఈ మూడు సూత్రాలు కలిసి పనిచేస్తాయి, మనం జీవితంలో చేసే ప్రతిదాన్ని అనుభవించేలా చేస్తాయి. మూడింటిలో ఏఒక్కటి తప్పిపోయినా, మనం ఏమీ అనుభవించలేము. ఈ సూత్రాలను మొదట సిడ్నీ బేంక్స్ కనుగొన్నాడు. ఇప్పుడు వాటిని మీతో పంచుకునే అవకాశం నాకు కలిగింది.

ఈ మూడు సూత్రాలను అర్థం చేసుకోవడం వల్ల మన బాధలను మూలం నుండి ఎలా తగ్గించుకోవచ్చో తెలుసుకోవచ్చు.

విశ్వజనీన మేధా

విశ్వజనీన మేధా అనేది అన్ని జీవుల వెనుక ఉన్న మేధస్సు. ఇది అన్ని విషయాలలో ఉండే ప్రాణశక్తి, కాయ కి చెట్టుగా ఎదగడం ఎలాగో, గ్రహాలు కక్ష్యలో ఎలా ఉండాలో తెలుసుకోగలుగుతాయి. కోతకు గురైనప్పుడు మన శరీరాలు ఎలా నయం కావాలో తెలుసు. శ్వాస తీసుకోవడం, గుండె కొట్టుకోవడం వంటి ప్రతిదాన్ని మనం మాన్యువల్‌గా చేయనవసరం లేకుండా శరీరాలను స్వీయ-నియంత్రణతో సజీవంగా ఎలా ఉంచుకోవాలో మన శరీరాలకు ఎలా తెలుసు. ఇవన్నీ ఎలా చేయాలో తెలిసిన అన్ని విషయాలు కలిగివున్న తెలివితేటలను యూనివర్సల్ మైండ్ అంటారు. చాలా మంది దీనిని దేవుడు, అనంతమైన మేధస్సు, క్వాంటం ఫీల్డ్, మూలం, ఇతర పేర్లతో పిలుస్తారు. ఇక్కడ నుండి ఆలోచనలు వస్తాయి, అలాగే విశ్వంలోని అన్నిటి విషయాలు విశ్వజనీన మెదడు ద్వారా అనుసంధానించబడ్డాయి. దేనికీ మధ్య విభజన లేదు. ఏ సమయంలోనైనా వస్తువుల మధ్య విభజన ఉన్నట్లు అనిపించినా, అది మన భ్రమ మాత్రమే. మనం విశ్వజనీన మేధతో అనుసంధానించబడినప్పుడు, పరిపూర్ణంగా, ప్రేమ, ఆనందం, శాంతి, ప్రేరణతో నిండిన అనుభూతి చెందుతాము. మనం ఆలోచించడం ప్రారంభించినప్పుడే (భ్రమ లేదా అహాన్ని నమ్మడం) ఈ

విశ్వజనీన మేధా ప్రవాహాన్ని అడ్డుకుంటాము. విడిపోయినట్లు భావిస్తాం. నిరుత్సాహంగా, ఒంటరిగా, కోపంగా, పగతో, విచారంగా, అణగారిన, భయంతోకొట్టుమిట్టాడుతాం.

విశ్వజనీన స్పృహ

విశ్వజనీన స్పృహ అనేది అన్ని విషయాల యొక్క సామూహిక స్పృహ. ఇది మనం ఉనికిలో ఉన్నామని, మన ఆలోచనల గురించి తెలుసుకునేలా చేస్తుంది. ఈ స్పృహ లేకుండా, మనం దేనినీ అనుభవించలేము. మన పంచేంద్రియాలకు ఎటువంటి ఉపయోగం ఉండదు. ఎందుకంటే తెలుసుకోవలసినది ఏమీ ఉండదు. ఇది విషయాలకు జీవం పోస్తుంది, వాటిని మనం గ్రహించేలా చేస్తుంది.

విశ్వజనీన ఆలోచన

సార్వత్రిక ఆలోచన అనేది విశ్వం యొక్క ముడి పదార్థం, దానితో మనం సృష్టించవచ్చు. రూపాన్ని సృష్టించే ఆలోచనసామర్థ్యం విశ్వజనీన మేధ నుండి కలుగుతుంది

ఇది స్పృహ ద్వారా గ్రహించగల వస్తువు. ఆలోచన లేకుండా, మనం తెలుసుకోవలసినది ఏమీ ఉండదు. ఆలోచన అనేది మనం టీవీలో సినిమా చూడగలిగేలా మొత్తం సమాచారాన్ని కలిగి ఉన్న డీవీడీ లాంటిది. టీవీ, డీవీడీ ప్లేయర్ కాన్షియస్‌నెస్ లాంటిది-మనం సినిమాని వీక్షించడానికి, అనుభవించడానికి డీవీడీ లోని సమాచారానికి జీవం పోసేలా ఒక యంత్రాంగాన్ని కలిగి ఉంటుంది. విద్యుత్ డీవీడీ ప్లేయర్‌ని శక్తివంతం చేయడానికి అవసరమైనది. టీవీ అనేది (యూనివర్సల్ మైండ్) విశ్వజీనీన మెదడు లాంటిది. ఇది అదృశ్య శక్తి అన్ని వస్తువులను కలుపుతుంది, శక్తినిస్తుంది. ఇది ప్రతిదీ పని చేయడానికి మూలం.

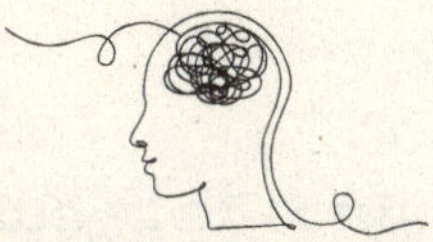

7

ఆలోచనలే మన బాధకు మూలకారణం అయితే, మనం ఆలోచించడం ఎలా మానేస్తాం?

“

రద్దీగా ఉండే మనస్సు ప్రశాంతమైన హృదయానికి ఖాళీని ఇవ్వదు.

”

క్రిస్టీన్ ఎవాంజెలో

స్వర్గం, నరకం: ఒక జెన్ ఉపమానం

ఒక భీకరమైన, ధైర్యసాహసాలు కలిగిన సమురాయ్, ఒకసారి ధ్యానంలో మునిగిపోయిన జెన్ మాస్టర్‌ను కలిశాడు. అసహనంతో, మర్యాదలేని, సమురాయ్ తన బొంగురు గొంతుతో "స్వర్గం, నరకంల స్వభావాన్ని చెప్పు" అని గట్టిగా అరిచాడు.

ఆ కేకకి జెన్ మాస్టర్ తన కళ్ళు తెరిచి, సమురాయ్ ముఖంలోకి చూస్తూ, ఇలా సమాధానమిచ్చాడు, "మీ లాంటి కఠిన, అసహ్యకరమైన, నిరుత్సాహి కి నేను ఎందుకు సమాధానం చెప్పాలి? నేను నిన్ను భరించలేను. నా ఎదుటి నుండి వెళ్లిపోండి. మీ పిచ్చి ప్రశ్నలకు సమయం లేదు."

సమురాయ్ ఈ అవమానాన్ని భరించలేకపోయాడు. ఆవేశానికి లోనై తన కత్తిని తీసి జెన్ మాస్టర్ తలను ఒక్కసారిగా నరకడానికి పైకి లేపాడు.

సమురాయ్ కళ్ళలోకి సూటిగా చూస్తూ, జెన్ మాస్టర్ "అది నరకం" అని సున్నితంగా చెప్పాడు.

సమురాయ్ స్తంభించిపోయాడు. కోపం తనని తానే బంధించిందని వెంటనే అర్థమైంది. అతని మనస్సు నరకాన్ని సృష్టించుకుంది–ఆగ్రహం, ద్వేషం, ఆత్మరక్షణ, కోపంతో నిండిపోయింది.అతను తన హింసాత్మక ప్రవృత్తికి లోబడి పోయానని గ్రహించాడు, అతను ఎవరినైనా చంపగలడు.

సమురాయ్ కళ్ళు కన్నీళ్లతో నిండిపోయాయి. తన ఖడ్గాన్ని పక్కన పెట్టి, తనకు జ్ఞానోపదేశం చేసిన గురువుకి కృతజ్ఞతగా నమస్కరించాడు.

జెన్ మాస్టర్ సున్నితమైన చిరునవ్వుతో " అదే స్వర్గం" అని మెల్లగా చెప్పాడు.

పూర్తిగా ఆలోచించడం మానేయడం సాధ్యం కాదు, కాని మనం చేయగలిగేది ఆలోచించే సమయాన్ని తగ్గించడం వల్ల ప్రతిరోజూ అది వీలైనంత తగ్గుతుంది.

క్రమంగా, మనం రోజులో ఎక్కువ భాగం ఆలోచనలో చిక్కుకోకుండా గడిపే స్థితికి చేరుకోవచ్చు, ఎక్కువ సమయం, ఆనందకరమైన స్థితిలో జీవించవచ్చు.

మనం ఆలోచించడం మానేయాలని చెప్పినప్పుడు, సాధారణంగా అన్ని ఆలోచనలను ఆపడానికి ప్రయత్నిస్తున్నామని చాలా మంది అనుకుంటారు.అసలు చెప్పదలుచుకున్నది అది కాదు. ఇప్పుడు మీరు ఆలోచనలు, ఆలోచించడం మధ్య వ్యత్యాసాన్ని తెలుసుకున్నారు. ఆలోచనలు రావడానికి,వచ్చి అలా వెళ్ళిపోవడానికి అలవాటు పడాలి.ఆలోచనల గురించి ఆలోచించడాన్ని తగ్గించుకోవాలి.

మన ఆలోచనను ఆపడం గురించి అత్యంత ఆసక్తికరమైన, దాదాపు విరుద్ధమైన విషయం ఏమిటంటే, దాని గురించి తెలుసుకోవడం తప్ప దానిని తగ్గించడానికి మనం ఏమీ చేయనవసరం లేదు. ఆలోచిస్తున్నామని, మన బాధలన్నింటికీ అది మూలకారణమని తెలుసుకోవడం ద్వారా, అది స్వయంచాలకంగా ఆ వాస్తవాన్ని స్పృహలోకి తెస్తుంది. మనం దానితో నిర్లిప్తంగా ఉంటాము, అది స్థిరపడటానికి, దాటడానికి అనుమతిస్తుంది. దీనికి దాదాపు ఎటువంటి ప్రయత్నం అవసరం లేదు. ఆ క్షణంలో కేవలం ఆ స్పృహ ఉంటే చాలు.

ఈ భావనను వివరించడానికి నా మార్గదర్శకులలో ఒకరు అందించిన ఉదాహరణ:

నేను మీకు ఒక మురికి నీటి గిన్నె ఇచ్చానని ఊహించుకోండి. నీళ్ల మురికిని తొలగించమని అడిగితే, మీరు ఏం చేస్తారు?

మీరు ముందుకు వెళ్లడానికి ముందు, ఏ సమాధానాలు వచ్చాయో చూడటానికి 15 సెకన్లు ఆగండి.

చాలా మంది నీటిని ఫిల్టర్ చేయడం లేదా మరిగించడం వంటి వాటితో పాటు ఏదో చెబుతారు. చాలా మందికి తెలియని విషయం ఏమిటంటే, మురికి నీటి గిన్నెను కొంత సమయం పాటు అలా ఉంచితే, మురికి, నీటిలో దానంతట అదే అడుక్కి చేరుకోవడం చూస్తాం. కొంతసేపు తర్వాత, నీరుతేలి దానంతట అదే శుభ్రమవుతుంది.

మన మనస్సు కూడా ఇలాగే పని చేస్తుంది. మన ఆలోచనను "వడపోసేందుకు" ప్రయత్నించడం ద్వారా, ఆలోచనకు భంగం

కలిగించకుండా కూర్చుంటే, ఆలోచన దానంతటదే స్థిరపడుతుంది, మన మనస్సు ఆలోచించడం నుండి విముక్తి పొందుతుంది. సహజమైన నీటి స్థితి లాగ స్పష్టంగా ఉంటుంది. మనం దానికి అంతరాయం కలిగించకపోతే, మన మనస్సు సహజ స్థితి కూడా ప్రశాంతంగా ఉంటుంది.

జీవితం అస్పష్టంగా, అస్తవ్యస్తంగా, ఒత్తిడితో కూడిన అనుభూతి చెందడం ప్రారంభిస్తే, తరువాత ఏమి చేయాలో తెలియకపోతే, మీ ఆలోచన మురికిని రేకెత్తించడం వల్ల మాత్రమే అని ఇప్పుడు గ్రహించి ఉంటారు.మీ మనస్సు గందరగోళంగా ఉంటుంది. ముందుకు చూడటం కష్టం. మీరు చాలా ఎక్కువగా ఆలోచిస్తున్నారని గ్రహించడంలో సహాయపడటానికి దీన్ని సూచికగా ఉపయోగించవచ్చు.

మనం ఏమి ఆలోచిస్తున్నామో,అదే మన ఆనందరహితమైన అనుభవానికి మూలకారణం అనే వాస్తవాన్ని తెలుసుకున్న తర్వాత, దాని నిజస్వరూపం ఏమిటో మనం చూస్తాము. అప్పుడు మనం దానికి దారి ఇవ్వడం ద్వారా దాన్ని స్థిరపరచడానికి అనుమతిస్తాము. మళ్లీ స్పష్టమైన మనస్సు తో నెమ్మదిగా చూస్తాము.

మీరు ఆలోచనను ఒడ్డున ఉండే ఇసుకతో కూడా పోల్చవచ్చు. మన ఆలోచనతో ఎంత ఎక్కువగా పోరాడతామో, అది అంతగా ప్రతికూల భావోద్వేగాలను పెంచుతుంది, మరింత అధ్వాన్నంగా మారుతుంది. ఊబిలో కూడా ఇదే పరిస్థితి. మనం ఊబిలో కూరుకుపోయిన్నట్లయితే, దానితో పోరాడలేము. భయాందోళనలకు గురై దానితో పోరాడటానికి ప్రయత్నించినట్లయితే, అది మనపై ఉన్న పట్టును బిగించి, మనల్ని వేగంగా కిందకు లాగడం ద్వారా పరిస్థితిని మరింత దిగజార్చుతుంది. కష్టాలను ఆపడానికి, తిరిగి పైకి సులభంగా రావడానికి, మీ శరీరాన్ని సహజస్థితిలో తేలడానికి అనుమతించడమే ఏకైక మార్గం.

మన ఆలోచన నుండి విముక్తి పొందే ఏకైక మార్గం ఏమిటంటే, సహజ అంతర్గత జ్ఞానం ఎప్పటిలాగే స్పష్టత, శాంతికి తిరిగి మార్గనిర్దేశం చేస్తుందని నమ్మడం.

మీరు ఆలోచించడం, ఆలోచించకపోవడం మధ్య హెచ్చుతగ్గులకు లోనవుతున్నట్లయితే, అది పూర్తిగా సరైనదేనని, చాలా సాధారణమని తెలుసుకోండి. మనం ప్రతిరోజూ ప్రతి సెకను ఆలోచనా రహిత స్థితిలో

ఉండే మార్గం లేదు. ఒకవేళ ఉంటే దానిని లక్ష్యంగా చేసుకోవడానికి ప్రయత్నిస్తాము, మనల్ని మనం మళ్లీ ఆలోచించేలా బలవంతం చేయడం వల్ల బాధపడతాము.

మనం భౌతిక, పరిమిత అనుభవాన్ని కలిగి ఉన్న ఆధ్యాత్మిక, అనంతమైన జీవులం. దీని కారణంగా, మనం అక్షరాలా మానవులకు, దైవానికి మధ్య జీవించే వారం. కాబట్టి మనం సహజంగానే ఆత్రుత/ఒత్తిడి, ఆనందం/శాంతి అనే రెండు స్థితుల మధ్య ఊగిసలాడతాము. మనం ఆలోచించడం, ఆలోచించకపోవడం మధ్య డోలాయమానస్థితిని నియంత్రించలేము లేదా నిరోధించలేము, కానీ మనం ఆలోచించడంలో గడిపే సమయాన్ని తగ్గించగలము, దానివల్ల, మనం ఆనందంగా, శాంతియుతంగా, ఉద్వేగభరితంగా, ప్రేమతో నిండిన అనుభూతి కల మరిన్ని క్షణాలను అందుకోగలం.

మనం ఆలోచించడం ప్రారంభించినప్పుడు నియంత్రించలేక పోవడమనేది తప్పని విధిరాత వల్ల శాపంగా మారినట్లు అనిపించినా, చింతించాల్సిన అవసరం లేదు. ఎందుకంటే మనం ఎప్పుడూ ఆలోచనారహిత స్థితికి తిరిగి రావచ్చు. ఇది మన అందమైన మానవ అనుభవంలో ఒక భాగం మాత్రమే.

మనకు నిజమైన ప్రశాంతతని ఇచ్చేది ఏమిటంటే, ఏ సమయంలోనైనా కలిగిన ఆలోచన లో స్వచ్ఛమైన శాంతి, ప్రేమ, పరిపూర్ణ స్థితిని కలిగి ఉన్నామని తెలుసుకోవడమే. మనం ఎప్పుడూ కోరుకునే ఆ అందమైన స్థితిని ఎప్పటికీ కోల్పోలేము. మరచిపోగలం. దానిని మరచిపోయినంతమాత్రాన,అది అక్కడ లేదని కాదు. రాత్రి అయినప్పుడు, సూర్యుడు అస్తమించినట్లే. సూర్యుడు ఎల్లప్పుడూ ఉంటాడని మనకు తెలుసు–మనం దానిని చూడలేము. సూర్యుడు అస్తమించినప్పుడు తిరిగి రాకపోవచ్చని అనుకుంటే, చాలా ఆందోళన, భయంకరమైన ఆలోచనలువస్తాయి. మన అస్తిత్వం కూడా అటువంటిదే.

మనకు ఎల్లప్పుడూ ఆ అనంతమైన స్పష్టత, ప్రేమ, ఆనందం, శాంతి, పరిపూర్ణత ఉందని గుర్తుంచుకోవడానికి నిజంగా ఒక్క క్షణం దూరంలో ఉన్నాము. మనం కొన్నిసార్లు మరచిపోతాము, కానీ గుర్తుంచుకున్నప్పుడు, గ్రహించినప్పుడు ప్రతికూల భావోద్వేగాలను అనుభవించినప్పుడు, మన ఆలోచనలో చిక్కుకుంటాము.అది మాత్రమే మన సహజమైన, అందమైన

స్థితికి తీసుకువస్తుంది. మనం చేయాల్సిందల్లా దాన్ని గుర్తుంచుకోవడమే. ఇది మన ఆలోచన మాత్రమే అని తెలుసుకోవడం. సూర్యుడు శాశ్వతంగా అస్తమించలేదని తెలుసుకుని శాంతిని పొందడమే.

సూర్యుడు త్వరలోనే మళ్లీ ఉదయిస్తాడు. ఆ అవగాహన కలిగి ఉండటం వల్ల విశ్వంలోరాత్రి ని కూడా ఆస్వాదిస్తాం.ప్రకృతిలో సూర్యుడిలాగే అది ఓ భాగమే అని గ్రహిస్తాం.

దానివల్ల, అది మన అనుభవంలో ఎలా భాగమైందో చూడవచ్చు, దాని అందాన్ని సూర్యుడిలాగ ఆహ్వానిస్తాం.

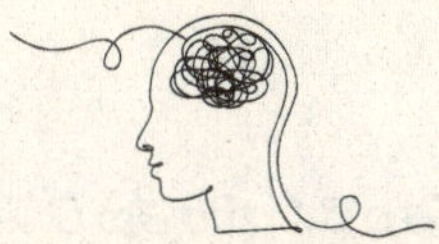

8

ఆలోచించకుండా మనం ఈ లోకంలో ఎలా ఎదగగలం?

“

ఆందోళనఅంటే నియంత్రణ లేని ఆలోచన.
ప్రవాహం అంటే ఆలోచన లేని నియంత్రణ

”

జేమ్స్ క్లియర్

ఈ ప్రశ్న లోని అంతరార్థాన్నిగ్రహించడానికి మార్గనిర్దేశం చేసే ప్రశ్న ఇక్కడ ఉంది:

మీరు అత్యద్భుతమైన పనిని చేస్తున్నప్పుడు మీ తలలో ఏ ఆలోచనలు వస్తున్నాయి, అక్కడ మీరు ఆ క్షణంలో దేనిలో పూర్తిగా ఆకర్షితులై ఉంటారు?

ముందుకు వెళ్లే ముందు జవాబు కోసం సుమారు 15 సెకన్లు తీసుకోండి.

మీకు ఇప్పటికీ సమాధానం యొక్క ఆంతర్యం అందకపోతే, మిమ్మల్ని సరైన దిశలో నడిపించే మరొక ప్రశ్న ఇక్కడ ఉంది:

మీరు చేస్తున్న పనిని ఎంతగానో ఇష్టపడినప్పుడు, దానిలో పూర్తిగా నిమగ్నమై, సమయం, స్థలం, అన్ని భావాలను మర్చిపోయినప్పుడు పూర్తి ప్రవాహంలో ఉన్నప్పుడు), ఆ క్షణంలో మీరు ఏ ఆలోచనల్లో ఉన్నారు?

కాసేపు ఆగి, సమాధానం వచ్చే వరకు వేచి ఉండండి. (అంతరంగంలో ఆలోచన రావడానికి 30-60 సెకన్లు ఇవ్వండి).

మీరు ఉత్తమమైన పనిని చేస్తున్నప్పుడు, మీకు లేదా మీరు చేస్తున్న పనికి ఎటువంటి పూర్తిగా విభజన లేనిపూర్తి ప్రవాహంలో ఉన్న క్షణంలో మీకుఏ ఆలోచనలు లేవు. ఆలోచనలు ఉన్నట్లయితే, అవసరం లేకుండానే అవి మీలోంచి చూస్తాయి. మరో మాటలో చెప్పాలంటే, మానవుల గరిష్ట పనితీరుని ఆలోచనా రహిత స్థితిగా వర్ణించవచ్చు.

ఇది పిచ్చిగా అనిపించవచ్చు, కానీ మనం ఆలోచించనప్పుడు ఉత్తమమైన పనిని చేస్తాము. దానిని మీ అనుభవంతో గ్రహించారు.

ఈ సత్యాన్ని నొక్కి వక్కాణించడానికి మరొక ఉదాహరణ ఇక్కడ ఉంది. ప్రొఫెషనల్ లేదా ఒలింపిక్ అథ్లెట్లు పోటీపడుతున్నప్పుడు, ఆట సమయంలో జరిగే ప్రతి ఒక్క విషయాన్ని వారు ఆలోచిస్తున్నారని, అతిగా విశ్లేషిస్తున్నారని అనుకుంటున్నారా? వారు పోటీ సమయంలో ఏ ఆలోచనలు లేదా ఏం ఆలోచిస్తారని అనుకుంటున్నారు? అత్యధిక ప్రతిభని కనబరిచే అథ్లెట్లు వారి

"జోన్"లో అత్యుత్తమ స్థాయిలో ఉన్నామని వారు వివరిస్తారు. ఈ "జోన్" అనేది ప్రవాహం యొక్క స్థితి లేదా ఆలోచించని స్థితి.

జపనీస్ సంస్కృతిలో, ఈ విషయాన్ని వివరించడానికి అందమైన పదం ఉంది: ముషిన్.

షోటోకన్ టైమ్స్ ఇచ్చిన నిర్వచనం ఇక్కడ ఉంది:

"[మనస్సు] యాదృచ్ఛిక ఆలోచనలు, కోపం, భయం, ముఖ్యంగా అహంకారం లేకుండా ఉన్నప్పుడు ముషిన్ అందుతుంది. ఇది పోరాట సమయంలో లేదా జీవితంలోని ఇతర కోణాలకు వర్తిస్తుంది. పోరాట సమయంలో ముషిన్ లో వునప్పుడు తేలికైనా లేదా చలించే ఆలోచనలు లేకపోవడం. ఇది అభ్యాసకుడికి సంకోచం లేకుండా, క్రియలోకి దిగడానికి, ప్రతిస్పందించడానికి స్వేచ్ఛనిస్తుంది. కరాటెక (కరాటే ను అభ్యసించేవాడు) ని ఈ స్థాయికి తీసుకువస్తే అధ్యయనం, శిక్షణ ఏ విధంగా పొందాడోఆ విధంగా ప్రతిస్పందిస్తాడు. ఆ తర్వాత మీరు ఆలోచించినట్టు కాకుండా ఏ విధంగా శిక్షణ పొందారో ఆ విధంగా, సహజమైన, ఉపచేతన ప్రతిచర్య చేయమని నిర్దేశిస్తుంది."

అభ్యాసం తర్వాత, ఆలోచన అథ్లెట్ల పనితీరును అడ్డుకుంటుంది, అందరికీ అదే నిజం.

మనం సంకోచిస్తాము, అయిష్టంగా ఉంటాము, సందేహాలు, అభద్రతాభావాలు, కలిగి ఉంటాము. ఆలోచించడం, అతిగా విశ్లేషించడం ప్రారంభించినప్పుడు మాత్రమే భయం కలుగుతుంది. ఆలోచనారహిత స్థితిలోకి ప్రవేశించిన క్షణంలో ఉత్తమ పనితీరును ప్రదర్శిస్తాము. మనం పూర్తి సామర్థ్యాన్ని కలిగి ఉంటాము. ఆలోచించకుండానే అహం పరిమితుల నుండి విముక్తి పొందుతాము. ప్రపంచంలోని అత్యంత అద్భుతమైన విషయాలను సృష్టించగలుగుతాము. ఈ నమ్మకంతో ఉండమని మిమ్మల్ని అడగడం లేదు, కానీ దీన్ని ప్రయత్నించండి, మీ అంతర్దృష్టితో సొంతం చేసుకుని అనుభవించండి.

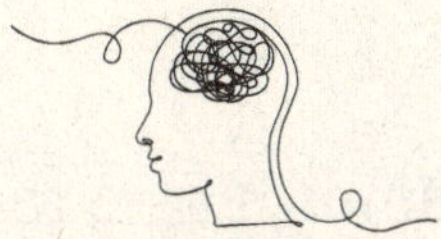

9

ఆలోచించడం మానేస్తే, మన లక్ష్యాలు, కలలు, ఆశయాల గురించి మనం ఏమి చేయాలి?

“

మనం గుర్తించేవి తప్ప మనసుకు పరిమితులు లేవు.

”

నెపోలియన్ హిల్

అందుకే నేను బాధపడుతున్నాను.

నా బాధలన్నింటికీ మూలకారణం ఆలోచనే అని నేను అర్థం చేసుకున్నాను. ఆ అవగాహన కలిగాక పైకి క్రిందికి దూకుతూ, ఉల్లాసంగా, ఉపశమనం పొందాను. అనుభవించిన ప్రతికూలతకి నిజమైన కారణాన్ని కనుగొన్నందుకు సంతోషంగా ఉన్నాను. నా జీవితం. ఈ పారవశ్యం స్వల్పకాలికం, అయినప్పటికీ, ఉత్సాహం వచ్చిన వెంటనే, మళ్లీ ఆలోచనలు నా మనస్సులోకి వచ్చాయి.

నా బాధలన్నింటికీ ఆలోచనే మూలకారణం. ఆలోచించడం మానేస్తే, ఇప్పుడు నా జీవితాన్ని ఎలా గడపగలను? నా లక్ష్యాలు, కలలు, ఆశయాల సంగతి ఏమిటి? నేను జీవితంలో వస్తువులను కోరుకోవడం మానేస్తానా? మొద్దు రాచప్పగామారతానా, ఇకపై నా జీవితంలో ఏమీ చెయ్యలేనా?

ఒకవేళ మీరు ఆశ్చర్యపోతున్నట్లయితే, అవును, నేను మానవాతీత శక్తితో, మీ మనస్సును చదవగలను. కేవలం తమాషాగా అంటున్నాను, కానీ మీలో కలిగిన చాలా ప్రశ్నలు, ఆలోచనలను నేను ఎలా రాశాను అని ఆలోచిస్తున్నట్లయితే, నేను కూడా మనిషినే. ప్రజాదరణ పొందిన నమ్మకానికి విరుద్ధంగా, మనమందరం నిజమైన స్వభావాన్ని తెలుసుకోవడానికి ఒకే విధమైన ఇలాంటి ప్రయాణాలను చేస్తున్నాము, కాబట్టి మీరు మీ నిజమైన వైభవాన్ని తెలుసుకోవాలనుకుంటే, ప్రస్తుతం మీకు ఉన్న ఆలోచనలే చాలా మంది కూడా కలిగి ఉన్నారని గ్రహించండి.

ఇప్పుడు మనం ఆలోచించడం మానేస్తే, మన లక్ష్యాలు, కలలు, ఆశయాల గురించి ఏమి చేస్తాం అనే ప్రశ్నకు తిరిగి వద్దాం.

నేను ఈ ప్రశ్నల గురించి ఆలోచిస్తున్నప్పుడు, నమ్మశక్యం కాని భయం, ఆందోళన మొదలైంది. ఎందుకంటే, నేను అవన్నీ వదులుకుని పర్వతాల మధ్యలో సన్యాసి గా అవుదామని అనుకున్నాను.

నేను ఖచ్చితంగా అలా చేయడానికి సిద్ధంగా లేను. నాకు జ్ఞానోదయం కలిగి, జీవితం నుండి వైదొలగాలని కోరుకునేదాకా, జీవితంలో ఎక్కువ భాగం బాధలతో గడిపినప్పటికీ, ఈ ప్రపంచంలో ఉండటం, ఇతర వ్యక్తులతో జీవితాన్ని గడపడాన్ని నిజంగా ఆనందించాను.

ఈ కొత్త అవగాహనతో మన లక్ష్యాలు, కలలతో ఏమి చేయాలో తెలుసుకున్నది ఇక్కడ ఉంది. మునుపటి అధ్యాయాలలో పేర్కొన్నట్లుగా, ఆలోచనలు, ఆలోచించటానికి మధ్య వ్యత్యాసం ఉంది. ఆలోచనల మూలం, ఆలోచనా మూలం వేరు. మూలం బాధను కలిగిస్తుందో లేదో నిర్దేశిస్తుంది.

అదేవిధంగా, మన లక్ష్యాలు, కలలు ఎక్కడ నుండి వచ్చాయి, వాటిని అనుసరించడం గురించి గొప్పగా భావిస్తున్నామా లేదా అనేది నిర్ణయిస్తుంది. ఈ ప్రపంచంలోని ప్రతిదాని లానే, అంతర్లీనంగా మంచి లేదా చెడు ఏమీ లేదు; మన ఆలోచనే కాదు ఏదైనా అలా చేస్తుంది. లక్ష్యాలు, కలలు, ఆశయాలు మంచివి లేదా చెడ్డవి కావు, కాబట్టి నిజమైన పరిస్థితి అది కాదు, కానీ ఆ లక్ష్యాలు ఎక్కడ నుండి వస్తున్నాయనే దాని గురించి మరింత ఎక్కువగా ఆలోచించాలి.

లక్ష్యాల యొక్క రెండు మూలాలు ఉన్నాయి: ప్రేరణ నుండి సృష్టించబడ్డవి. నిరాశ నుండి సృష్టించబడ్డవి.

నిరాశ నుండి లక్ష్యాలు సృష్టించబడినప్పుడు, మనకు పెద్ద కొరత, అత్యవసర భావన కలుగుతుంది. అది ఎంతో భారంగా అనిపిస్తుంది. మనకి ఎదురైన క్లిష్టమైన పనిగా మనం భయపడతాం.

వంచన కలిగి భావన,స్వీయ సందేహం అభివ్యక్తీకరించబడతాయి. ఎప్పుడూ దేనికీ తగినంత సమయం లేనట్లు భావిస్తాము. మన జీవితాన్ని పిచ్చివారిలాగా, లక్ష్యాన్ని త్వరగా సాధించగల మార్గాల కోసం నిర్విరామంగా వెతుకుతాము. ఎల్లప్పుడూ బాహ్యంగా చూస్తూ ఉంటాము.ఉన్నది సరిపోతుందని, ఎప్పుడైనా తగినంత పొందగలమని భావించము. అన్నింటికంటే చెత్తగా, మనం మన లక్ష్యాన్ని సాధించగలిగినా, కొన్ని గంటలలో లేదా రోజులలో, నిస్సహాయతకి సంబంధించిన భావాలన్నీ మళ్లీ మొదలవుతాయి. మనం చేసిన దానితో సంతృప్తి చెందడం లేదు. మన విజయాలను ఆస్వాదించం. ఎప్పుడూ చేయనిదేదో ఉందని భావిస్తాము. ఇంకా ఏమి చేయాలో తెలియక, ఇతరులు ఏమి చేస్తున్నారో చూడడానికి, వారు అదే పనిని కొనసాగిస్తున్నారని తెలుసుకోవటానికి, బైట నుండి

మార్గదర్శకత్వం కోసం చుట్టూ చూస్తాము. అందువలన, ముందుకు వెళ్లి మరో లక్ష్యాన్ని సాధించే ప్రయత్నంలో, మన ఆత్మను ఇబ్బంది పెడుతున్న ప్రతికూల భావాలన్నింటినీ తప్పించుకునే ప్రయత్నంచేస్తాం. మనం నిర్దేశించుకున్న ఈ రకమైన లక్ష్యాలను కొంచెం లోతుగా గమనించినప్పుడు, అవన్నీ సాధారణ లక్ష్యాలే గానీ పరమావధులు కాదు. మరో మాటలో చెప్పాలంటే, ఈ స్థితిలో మనం నిర్దేశించుకున్న లక్ష్యాలు నిరాశని ముగించడానికి ఒక సాధనం. లక్ష్యాన్ని సాధించాలనుకునే కారణం ఎప్పుడూ వేరొకదాని కోసంఉంటుంది. ఉదాహరణకు, మనం ఆర్థిక స్వేచ్ఛను కోరుకోవడవల్ల బహుళ-మిలియన్ డాలర్ల వ్యాపారాన్ని సృష్టించాలనుకుంటున్నాము లేదా దాని నుండి వచ్చే ఒత్తిడి, ఆందోళన నుండి తప్పించుకోవడానికి ఉద్యోగాన్ని విడిచిపెట్టాలను కుంటున్నాము. మనం ఈ పనులు కోరుకోవాలనుకునే బదులు చేయాలను కుంటాం.

నిరాశతో సృష్టించబడిన లక్ష్యాలు సాధారణంగా గతాన్ని విశ్లేషించడం ద్వారా “వాస్తవికమైనవి”, సృష్టించబడతాయి. ఆ సమయంలో “అనుకూలమైనవి” అని భావిస్తాము. ఇది చాలా పరిమితంగా, అనిపిస్తుంది. ఈ రకమైన లక్ష్యాలు, కలలు ఈ క్షణంలో మనల్ని ఉత్తేజపరిచినప్పటికీ, వాటిని సృష్టించడానికి ప్రయత్నించడం ప్రారంభించిన వెంటనే, నిరాసక్తంగా అనిపిస్తుంది.మనం కన్నకలకి ప్రాణం పోయడానికి తహతహలాడతాం. వైరుధ్యంగా, నిరాశతో సృష్టించబడిన లక్ష్యాన్ని సాధించినట్లయితే, అంతకు ముందు మనం చేసినదానికంటే మరింత వెలితిగా భావిస్తాము. తరువాత మనం చేసే “తార్కిక” విషయం ఏమిటంటే, మనలో సంపూర్ణమైన అనుభూతిని కలిగించడానికి మరింత ఎక్కువ నిరాశ నుండివచ్చిన మరింత పెద్ద లక్ష్యాన్ని నిర్దేశించుకోవడం.

మనలో చాలామంది జీవితాన్ని ఎలా జీవిస్తాము అనే ఆలోచనతో లక్ష్యాలను నిర్దేశించుకుంటాము.ఎందుకంటే దీన్ని విమర్శించడానికో లేదా తీర్పు చెప్పడానికో కాదు, దీని వాస్తవికతను వెల్లడించడానికి. నేను దానిని బాధాకరమైనదిగా వివరించడానికి ఏకైక కారణం నా జీవితం.

ఇక్కడ శుభవార్త ఉంది: మీరు అలా చేస్తే లక్ష్యాలను నిర్దేశించడం మీ తప్పు కాదు. ఒక మార్గం ఉంది. ఇది నిరాశకు బదులుగా, స్ఫూర్తితో లక్ష్యాలను, కలలను సృష్టించడం ద్వారా సాధ్య మౌతుంది.

మనం ప్రేరణ, నిరాశ నుండి లక్ష్యాలను సృష్టించినప్పుడు, ఇది పూర్తిగా భిన్నమైన కథ. ఈ స్థితిలో, లోతుగా మునిగిపోయాము. ప్రేరణ పొందాము. విస్తారంగా ఉన్నాము కాబట్టి సృష్టిస్తున్నాము. ఇది ఒక బాధ్యతలా కాకుండా పిలుపులా అనిపిస్తుంది. ఇది భౌతిక ప్రపంచంలోకి వ్యక్తీకరించబడటానికి, మన ద్వారా వ్యక్తీకరించబడాలని కోరుకునే శక్తి, మనలో నుండి వస్తున్నట్లుగా ఉంది.

చిత్రకారులు ఎందుకు పెయింట్ చేస్తారు, నృత్యకారులు ఎందుకు నృత్యం చేస్తారు, రచయితలు ఎందుకు వ్రాస్తారు, గాయకులు ఎందుకు పాడతారు, వారికి ఆదాయం రాకపోయినా లేదా దానితో జీవనోపాధి ఉండకపోయినా. ఏదైనా సృష్టించడానికి ఒక శక్తి చేత లాగబడినట్లు అనిపిస్తుంది. మనం దాని వైపు ఆకర్షితులవుతాం. దాన్ని చేయవలసిందిగా భావిస్తున్నాము. మనకు ఇలా అనిపించినప్పుడు, కొరతకు బదులుగా సమృద్ధిగా ఉన్న భావన సృష్టిస్తున్నాము.

అన్నింటికంటే ఆశ్చర్యకరమైన విషయం ఏమిటంటే, ఈ స్థితిలో, మనం సృష్టించాలనుకుంటున్నాము కనుక సృష్టిస్తున్నాం తప్ప ఇతర కారణాల వల్ల కాదు. మనం సృష్టించాల్సిన అవసరం ఉన్నందున సృష్టించలేము. సృష్టించాలనుకుంటున్నాము, అంతే వేరే కారణం లేదు. ఈ లక్ష్యాలను సృష్టించడం లేదు, దానిద్వారా మనం వేరే ఏదైనా చేయగలం లేదా మనకు కావలసిన వేరొకదాన్ని పొందడానికి దీనిని సాధనంగా ఉపయోగించవచ్చు. ఈ సృష్టి సంపూర్ణత, సమృద్ధి యొక్క ప్రదేశం నుండి వచ్చింది. ఇది జీవితం కోసం ప్రేమ, ఆనందం తో పొంగిపొర్లుతుంది. మనలో చాలా మందికి పిల్లలు కావాలని లేదా కలిగి ఉండటానికి ఇదే కారణం. మన పిల్లలు పని చేసేంత వయస్సు వచ్చిన తర్వాత వారి సంపాదన లో భాగం రావచ్చు, వారిని పదవీ విరమణ ప్రణాళికగా ఉపయోగించుకోవచ్చు. పిల్లలు ఉండాలనుకుంటున్నాము ఎందుకంటే మనకున్న సంపదని వారితో పంచుకోవాలనుకుంటున్నాము. వారి నుండి ఏదైనా పొందడానికి ప్రయత్నిస్తున్నప్పుడు మన వద్ద ఉన్న వాటిని పంచుకునే ఉద్దేశ్యం కలుగుతుంది.

ఈ లోతైన ప్రేరణయొక్క అనుభూతిని వర్ణించడం చాలా కష్టం ఎందుకంటే ఇది ఈ ప్రపంచం నుండి రాలేదు. ఇది నిజంగా మన నుండి

రాదు, కానీ మన ద్వారావచ్చినా మన కంటే గొప్పది. ఈ అనుభూతిని నేను దైవ ప్రేరణ అని పిలవాలనుకుంటున్నాను. ఎందుకంటే మనం సృష్టించాలనుకుంటున్న దాని గురించి ఉన్న ఆలోచనలు, దృష్టి మనం ఊహించిన దానికంటే చాలా పెద్దదిగా అనిపించవచ్చు దైవిక ప్రేరణ మన నుండి వచ్చినది కాదు కానీ గొప్ప వాటి నుండి వచ్చింది కాబట్టి, ఇదిజరిగిన దానిని లేదా, ప్రపంచంలో ఎవరైనా ఇప్పటికే సాధించిన వాటిని విశ్లేషించదు లేదా ఆధారపడదు. అద్భుతమైన సృష్టి, ఆవిష్కరణలు సృష్టించబడినప్పుడు దైవిక ప్రేరణ జరుగుతుంది. అది చాలా కాలం క్రితం అసాధ్యం అనిపించింది. దీనికి సరిహద్దులు, పరిమితులు లేవు. ఇది నమ్మశక్యం కాని విస్తారమైన శక్తి, ఇది మనల్ని శక్తివంతం చేస్తుంది, పైకి లేపుతుంది, మన జీవితంలో “ఎక్కువగా” ఉన్నట్లు అనిపిస్తుంది. ఈ స్థితిలో, మనం బేషరతు ప్రేమ, ఆనందం, శాంతిని సంపూర్ణంగా, భావిస్తాము. మనం దేనినీ విశ్లేషించము, పోల్చము, విమర్శించము, తీర్పు చెప్పము, హేతుబద్ధం చేయము, బదులుగా మనం నిజంగా జీవిస్తాము, ప్రేమిస్తాము, పంచుకుంటాము, ఇస్తాము, సృష్టిస్తాము, పెరుగుతాము, పోషణ చేస్తాము. నిజంగా మనం అనుభవించగలిగే గొప్ప భావాలలోఇది ఒకటి. నిజంగా మనం దైవత్వాన్ని మానవులుగా అనుభవించగలిగే బహుమతి (మనం కూడాఅదే మూలం నుండి వచ్చాం కాబట్టి).

ప్రతి ఒక్కరూ ఈ లోతైన అనుభూతిని అనుభవించారు. ప్రపంచంలో ఏదో ఒక అద్భుతాన్ని సృష్టించాలనే కోరికను స్వచ్ఛమైన ప్రేరణతో చేశారు, నిరాశతో కాదు. తరువాత పేరాకు వెళ్లే ముందు, ఈ సిద్ధాంతాన్ని పరీక్షించమని మిమ్మల్ని ప్రోత్సహిస్తున్నాను. ఇక్కడ ఆగండి. మీ జీవితంలో కొన్ని క్షణాలు ఆలోచించండి, అక్కడ మీరు అపారమైన అనుభూతిని, అద్భుతమైనదాన్ని సృష్టించాలనే కోరికను అనుభవించారు, ఎందుకంటే మీరు గాఢంగా ప్రేరేపించబడ్డారు, ఆహ్వానించారు. మీరు దీన్ని నిజంగా సృష్టించారా లేదా అనే పట్టింపు లేదు. కేవలం ఆ అనుభూతిని స్ఫూర్తితో సృష్టించాలని మీరు భావించిన సమయం గురించి ఆలోచించండి.

ఇది మొత్తం ప్రపంచంలోని అత్యంత అద్భుతమైన భావాలలో ఒకటి కాదా? మనలో చాలామంది ఈ దైవిక ప్రేరణను అనుభవిస్తాము. కానీ మనం దీన్ని అమలు చేయడం గురించి ఆలోచించడం ప్రారంభించిన వెంటనే

అణచివేస్తాము. మనం అనుమానంతో ఆలోచించడం ప్రారంభిస్తాము, దీన్ని ఎందుకు చేయలేము అని హేతుబద్ధం చేస్తాము. ఇది అవాస్తవమని, మనం మరింత ముఖ్యమైన విషయాలపై ఎలా దృష్టి పెట్టాలి, దీన్ని చేయడానికి తగినంతగా కృషి చేయలేదని చెప్పండి. మనం సృష్టించాలనుకుంటున్న ఆలోచన గురించి ఆలోచించడం ప్రారంభించిన వెంటనే, అది మూలాన్ని పూర్తిగా ఆపివేస్తుంది. ఆ ప్రేరణ తో ఎప్పటిలాగే జీవించడానికి తిరిగి వెళ్తాము. ఆ మూలాన్ని కత్తిరించినప్పుడు, సమృద్ధి, ఉల్లాసం, పారవశ్యం, ఆనందం, స్వచ్ఛమైన, షరతులు లేని ప్రేమ యొక్క భావాలను కూడా పోగొట్టుకుంటాము. సందేహం, ఆందోళన, నిరాశ, విచారం యొక్క భావాలకు తిరిగి వెళ్లి, పరిమితంగా, ఇరుక్కుపోతాము, మన జీవితాలతో నిరాశ చెందుతాము.

మనం ఎప్పుడైనా ఒక సమయంలో ఒక పిలుపుని మాత్రమే అనుసరించగలము: ప్రస్తుత క్షణంలో ప్రేరణ లేదా నిరాశ. రెండూ ఒకే సమయంలో సహజీవనం చేయలేవు, కానీ ఎన్ని ఆలోచనలు వస్తున్నాయో అనే దాన్ని బట్టి మనం రెండింటి మధ్య హెచ్చుతగ్గులకు గురవుతాము.

మనం ఆలోచించడం మానేసినప్పుడు, మనకు లక్ష్యాలు, కలలు లేకపోవడం అనేది జరగదు. మన నిజమైన స్వభావంలోకి వస్తాము. నిరాశకు వ్యతిరేకంగా ప్రేరణ నుండి లక్ష్యాలను, కలలను సృష్టించడం ప్రారంభిస్తాము. మనల్ని దైవిక ప్రేరణ తో నడిపించే విశ్వం నుండి ఆలోచనలు మన మనస్సులోకి రావడానికి అనుమతిస్తాము. ప్రపంచంలో మునుపెన్నడూ సృష్టించని దానిని సృష్టించడానికి ప్రేరణ. మనం దైవిక ప్రేరణను అనుసరించినప్పుడు, మనం సజీవంగా, సంపూర్ణంగా, ఆనందంగా, ప్రేమించబడ్డామని, శాంతిగా, పరిపూర్ణంగా భావిస్తాము.

ఒక లక్ష్యం లేదా కల, స్ఫూర్తి లేదా నిరాశ నుండి సృష్టించబడింది అని ఎలా చెప్పగలం?

ఒక లక్ష్యం లేదా కల స్ఫూర్తితో సృష్టించబడిందో లేదో తెలుసుకోవడానికి ఒక సాధారణ మార్గం ఆలోచనలు, ఆలోచించటం మధ్య వ్యత్యాసాన్ని గుర్తించాలి. ఆలోచన రూపంలో వచ్చే లక్ష్యాలు, కలలు ప్రేరణ నుండి సృష్టించబడతాయి. ఆలోచించడం నుండి వచ్చే లక్ష్యాలు, కలలు నిరాశ నుండి సృష్టించబడతాయి.

సాధారణంగా, మనం ఆలోచించినప్పుడు, కొత్త లక్ష్యాలను రూపొందించడానికి మన గతాన్ని విశ్లేషిస్తాము, తీర్పు ఇస్తాము, విమర్శిస్తాము, హేతుబద్ధం చేస్తాము, ఉపయోగిస్తాము, అయితే ఈ లక్ష్యాలను సృష్టించే విధానం చాలా పరిమితంగా, అనిపిస్తుంది. ఈ రకమైన లక్ష్యాలను సృష్టించేటప్పుడు సాధారణంగా మంచిగా భావించలేము.మనం వాటిని అనుసరిస్తున్నప్పుడు, గొప్పగా భావించలేము. ఎందుకంటే ఇది నిరాశతో కూడుకున్నది.

రెండింటిని గుర్తించడానికి మరొక మార్గం ఏమిటంటే, మీరు శక్తివంతంగా ఎలా భావిస్తున్నారో అర్థం చేసుకోవడం. నిరాశతో సృష్టించబడిన లక్ష్యాలు, కలలు చాలా బరువుగా, శుష్కించి, నిర్బంధంగా, డొల్లగా ఉంటాయి. మనం ఎంతో కొరత, భయం, ఒత్తిడిని అనుభవిస్తాము, మనం వాటిని చేయాలి లేదా మనం చేయవలసిన బాధ్యత వుంది. ఈ రకమైన లక్ష్యాలతో, మనం వాటిని సాధించకపోతే, భయంకరమైన పరిణామాలు ఉంటాయని అనిపిస్తుంది. అందువల్ల అధిక ఒత్తిడి, సవాళ్ళు (ఇది నిరాశ అనుభూతిని ఎలా సృష్టిస్తుందో ఇప్పుడు చూడగలరని నేను ఖచ్చితంగా అనుకుంటున్నాను). అంతేకాకుండా, ప్రస్తుత పరిస్థితి నుండి తప్పించుకోవడానికి, ఏదో ఒకదాని నుండి బయటపడటానికి, మనం ఈ లక్ష్యాలను సాధించడానికి ప్రయత్నిస్తున్నట్లు భావిస్తాము. ఈ స్థితిలో సృష్టించబడిన లక్ష్యాలు "సాధారణ లక్ష్యాలు", అంటే ఆ లక్ష్యాలను సాధించాలనుకుంటున్నాము, తరువాత మనం ఏదైనా చేయవచ్చు, ఉదాహరణకి ఏదైనా సాధించవచ్చు అనిమనం ప్రస్తుతంచేస్తున్న ఉద్యోగం మానేయడం లాంటిది.

చాలా మటుకు ఈ లక్ష్యాన్ని కలిగి ఉంటారు. ఎందుకంటే మీరు నిజంగా ఆనందించే పనిని చేయాలనుకుంటున్నారు.కానీ మీ ఉద్యోగాన్ని విడిచిపెట్టాలనే లక్ష్యం మీరు వేరే పని చేయడానికి ఎలా మార్గం అవుతుందో చూడవచ్చు. ఆర్థిక స్వేచ్ఛను కలిగి ఉండాలని, ప్రపంచాన్ని పర్యటించాలని కోరుకుంటున్నందున ఒక మిలియన్ డాలర్లు సంపాదించాలనే లక్ష్యం పెట్టుకున్నారు. ఈ లక్ష్యాలు ఎల్లప్పుడూ అంతిమ సాధనంగా ఉంటాయి, అంతం కాదు. మనం ఈ లక్ష్యాలను సాధించడానికి ఎల్లప్పుడూ ఒక కారణం ఉంటుంది, అది మనలో చాలా నిర్లిప్తంగా, డొల్లగా అనిపిస్తుంది.

ఈ లక్ష్యాలు ఏవీ అంతర్లీనంగా చెడ్డవి కావని నొక్కి చెప్పాలనుకుంటున్నాను. లేదా డబ్బు సంపాదించాలని లేదా మన ఉద్యోగాలను వదిలివేయాలనే లక్ష్యాలను కలిగి ఉండకూడదని చెప్పడం లేదు. ఆ లక్ష్యాలు ప్రేరణ నుండి సృష్టించబడినట్లయితే, పూర్తిగా వేరు. ఇది కేవలం లక్ష్యాల మూలంపై ఆధారపడి ఉంటుంది. అప్పుడు లక్ష్యమే అవసరం లేదు. ఇది చేయవలసిన ముఖ్యమైన వ్యత్యాసం, లేకుంటే మీరు మీ లక్ష్యాన్ని సరైనదేనా కాదా అనేదానిపై చర్చించుకోవడం, ఒత్తిడికి లోనవడంలో ఎక్కువ సమయం గడుపుతారు. సరైన లేదా తప్పు లక్ష్యాలు అని లేవు. కేవలం ప్రేరణ లేదా నిరాశతో సృష్టించబడిన లక్ష్యాలు. ఇది మీరు లోపల ఎలా అనుభూతి చెందాలనుకుంటున్నారనే దానిపై ఆధారపడి ఉంటుంది. ఈ రెండు రకాల లక్ష్యాల గురించి, అవి ఎలా వ్యక్తీకరించబడతాయో మీకు తెలిసినప్పుడు, మీ జీవితంలో అద్భుతమైన విషయాలను సృష్టించడం లో ఆనందాన్ని పొందగలుగుతారు.

మరోవైపు, ప్రేరణ నుండి సృష్టించబడిన లక్ష్యాలు, కలలు (ఆలోచన నుండి వచ్చినవి) చాలా అనుభూతి కలిగిస్తాయి.

మనం ఉత్సాహంగా, ఆనందంగా, ముఖ్యంగా స్ఫూర్తిని పొందుతాము. మనం దీన్ని సృష్టించాలని భావించం. కానీ మనం కోరుకుంటున్నాము. మీరు దీన్ని చేయాల్సిన అవసరం ఉన్నట్లు భావించే బదులు, ప్రేరణ పొందారు. ఈ లక్ష్యాన్ని సాధించడం ద్వారా మనం ఏదో ఒకదాని నుండి బయటపడటానికి లేదా మన ప్రస్తుత పరిస్థితి నుండి తప్పించుకోవడానికి ప్రయత్నించడం లేదు కాబట్టి వాస్తవంగా ఎటువంటి ఒత్తిడి లేదు. కొరత లేదా ఆవశ్యకత లేదు. ఎందుకంటే మనం లేని ప్రదేశం నుండి సృష్టిస్తున్నట్లు మనకు అనిపించదు, బదులుగా సమృద్ధిగా ఉన్న భావంతో, దానిని ప్రపంచంతో పంచుకోవాలనుకుంటున్నాము. ఇది ప్రేరణ నుండి వస్తుంది కాబట్టి, దానిగుండా, దాని నుండి ఏదో ఒకటి పొంది, తద్వారా మనం ఇంకేదైనా చేయగలము. ఇది లక్ష్యం కాదు, దానికదే ముగింపు. మనం దానిని సృష్టించడానికి "కారణం" లేదు. మనం పూర్తిగా అనుభూతి చెందడానికి సృష్టించడం లేదు; మనం సంపూర్ణంగా భావిస్తున్నాము. అక్కడ నుండి ఇవ్వాలనుకుంటున్నాము కాబట్టి మనం సృష్టిస్తున్నాము. దాని నుండి ఏమీ ఆశించడం లేదు.

మీరు ఇప్పుడు రెండింటి మధ్య పూర్తి వ్యత్యాసాన్ని చూడగలరని ఖచ్చితంగా అనుకుంటున్నాను.ప్రస్తుతం మీ లక్ష్యాలు ఏ రకానికి చెందినవో మీరు చెప్పగలరు. మీ లక్ష్యాలు చాలా వరకు నిరాశా విభాగం కిందకు వస్తే, చింతించకండి. ఎందుకంటే చాలా వరకు మెరుగైన మార్గం తెలుసుకోకముందే, నాతో సహా ప్రజలు నిరాశతో సృష్టించబడిన లక్ష్యాలను కలిగి ఉన్నారు.

కాబట్టి మనం ప్రేరణ, నిరాశ నుండి లక్ష్యాలను, కలలను ఎలా సృష్టించాలి?

దైవిక ప్రేరణ నుండి లక్ష్యాలు, కలలను సృష్టించడం మీరు ప్రయత్నించాల్సిన పని కాదు. మనకు సహజంగానే అనంతమైన స్ఫూర్తి గురించిన ఆలోచనలు ఎల్లవేళలా ఉంటాయి. మీరు పిల్లలను చూస్తే, వారు సహజంగానే వారు ఏమి చేయాలనే విపరీతమైన కలలు, ఊహలను కలిగి ఉంటారు.

పిల్లలు చాలావరకు ఏదైనా చేయలేరని మనస్సులో దాదాపుగా నమోదు చేసుకోరు. మనకు మన పిల్లలకు మధ్య వ్యత్యాసం ఏమిటంటే మనం, మన కలలు, ఆశలు, ప్రపంచంలో ప్రత్యక్షంగా చూడాలనుకునే లక్ష్యాలను కలిగి వున్నాం. ఈ స్ఫూర్తి మన ఆలోచనలన్నింటినీ మూసివేయడం నేర్చుకున్నాము. మన మనస్సులు మనం ఏమి సృష్టించాలనుకుంటున్నామో దాని గురించి ఆలోచించడం కంటే మనం ఎందుకు చేయలేము అనే కారణాలతో నిండి ఉంటుంది.

మనకు సహజంగానే అనంతమైన ప్రేరణ ప్రవాహం ఉంటుంది కానీ, మనలో ఉన్న ఆలోచనల గురించి ఆలోచించడం ప్రారంభించిన వెంటనే ఆ ప్రవాహాన్ని అడ్డుకుంటాము. ఇది స్వీయ సందేహం, స్వీయ-విధ్వంసం, ఆందోళనకు కారణమవుతుంది. ఒక నది సృష్టించడానికి ప్రేరణ ప్రవాహం లా ఆలోచించు... ఒక ఆనకట్ట లాగా మనిషి దానిని అడ్డుకోవడానికి ఏదైనా రూపొదించే వరకు నది ఎప్పుడూ ప్రవహిస్తుంది.

ఆనకట్ట ఉన్నప్పుడు, చాలా చేపలు చనిపోతున్నాయి, జంతువులు కనుమరుగవుతున్నాయి, అడవులు తగ్గిపోతున్నాయి, నదిని దాని సహజ స్థితికి తిరిగి తీసుకురావడమే మనం చేయాల్సిందల్లా ఎందుకు అని అడగడమే ప్రకృతి, ఆశించిన విధంగా చక్కగా పని చేస్తోంది.

మన మనస్సులకు, మన లక్ష్యాలకు కూడా ఇదే వర్తిస్తుంది. మనం ఎల్లప్పుడూ కలలు కంటూ ఉంటాము, పెద్ద లక్ష్యాలను కలిగి ఉంటాము, మన అంతర్గత జ్ఞానం, అంతర్గత మేధస్సును ఆలోచనలకు గురిచేయకుండా అన్ని సమయాలలో ఏమి చేయాలో తెలుసు.

మనం కేవలం మన ఆలోచనల గురించి ఆలోచించకపోతే, కలలు, లక్ష్యాలు, కోరికలు సహజంగా ఉత్పన్నమయ్యే ఏ విధమైన ఆలోచనలైనా దైవికం గా వచ్చినవే. మీరు నిరాశకు వ్యతిరేకంగా ప్రేరణ నుండి లక్ష్యాలను "సృష్టించుకుంటారు".

నా ఆలోచనను పరిష్కరించుకోవడానికి, నేను సృష్టించగల అవకాశాల అపరిమితమైన మార్గంలోకి ప్రవేశించడానికి నాకు బాగా సహాయపడే ప్రశ్న:

"నా దగ్గర అనంతమైన డబ్బు ఉంటే, ఇప్పటికే ప్రపంచాన్ని పర్యటించి ఉంటే, భయం అనేది లేకపోతే, నేను చేసే పనికి ఎటువంటి గుర్తింపు పొందకపోతే, నేను ఏమి చేస్తాను లేదా ఏమి సృష్టించగలను?"

మనం ఎప్పుడు ప్రశ్నలు అడిగినా సమాధానాలు వస్తాయి. మన మెదడు ఒక ప్రశ్న వినడం, సమాధానం రాకపోవడం అసాధ్యం. కాబట్టి ఈ ప్రశ్నను మీరే ప్రశ్నించుకున్నప్పుడు, ఏ భౌతిక ఆలోచన లేకుండా మీ కోసం రావడం అందినదంతా దైవికం. ఇది నిరాశకు వ్యతిరేకంగా ఉంటుంది.

ప్రశ్నను అడిగే విధానం చాలా ముఖ్యమైనది ఎందుకంటే ఇది చాలా ఆలోచనలు, భయం, విమర్శలు, ఎందుకు చేయాలనుకుంటున్నారు అనే బాహ్య కారణాలను తొలగిస్తుంది, కాబట్టి మీరు నిజంగా ఏమి సృష్టించాలనుకుంటున్నారు అనే దాని సమాధానం పై దృష్టి పెడుతుంది (సాధారణంగా ఇది భౌతిక ప్రపంచం నుండి ఎటువంటి ప్రభావాలు లేకుండా, ఆనందం కలిగించడంతో), భౌతిక ప్రపంచం నుండి ఎటువంటి ప్రభావాలు లేకుండా మీరు దీన్ని సృష్టించాలనుకుంటున్నారు.

ప్రశ్న అడగడానికి ప్రయత్నించండి, మీ కోసం ఏమి వస్తుందో చూడండి! ఉపరితలాలను చూసి మీరు ఆశ్చర్యపోతారు, కానీ మీ నిజమైన కలలు మీకు తెలియడం మొదలైనప్పుడు ఆలోచించడంలో చిక్కుకోకండి.

ఆలోచనా పరిమితులు లేని మనస్సుకు, ఏదైనా సాధ్యమే.

10

షరతులు లేని ప్రేమ, సృష్టి

“

మానవజాతి సాధించగలిగే గొప్ప శక్తి షరతులు లేని ప్రేమ. ప్రజలు ఎటువంటి పరిమితులు, షరతులు లేదా హద్దులు లేకుండా ప్రేమించినప్పుడు ఇది సాధ్యమవుతుంది.

”

టోనీ గ్రీన్

ఏమీ కోరని ప్రేమ

నా అసాధారణ భాగస్వామి మాకెన్నా ద్వారా నా జీవితంలో చాలా వరకు,షరతులు లేని ప్రేమ గురించి తెలుసుకున్నాను. ప్రతిదాన్ని ప్రశ్నిస్తూనే ఉన్నాను. విషయాలు ఎందుకు ఆ విధంగా ఉన్నాయి వాటి వెనుక కారణం ఏమిటో తెలుసుకోవాలి; లేకపోతే, పిచ్చివాడిని అయిపోతాను. ప్రతిదాని వెనుక అర్థం, తార్కికం తెలియకుండా నేను జీవితాన్ని అనుభవించలేను.

సహజంగానే, ఆ సమయంలో ఆమెతో ఒక సంవత్సరం పాటు డేటింగ్ చేసిన తర్వాత, నన్ను ఎందుకు ప్రేమిస్తోందని మాకెన్నాను అడిగాను. ఎందుకు ప్రేమిస్తోందో, తనకు తెలియదని, అలా చేసేసిందని తనకు తెలుసని అమాయకంగా సమాధానం చెప్పింది. ఆమెను ఎందుకు ప్రేమిస్తున్నాను అని నన్ను అడిగితే, డజన్ల కొద్దీ విభిన్న కారణాలను జాబితా చేసాను. అందులో ఆమె అందమైన చిరునవ్వు నుండి పూజ్యమైన నవ్వు, తన హృదయం ఎంత స్వచ్ఛమైనది, తన కుటుంబాన్ని ఎంతగా ప్రేమిస్తుంది, ఎంత తెలివైనది-ఇలా జాబితా దాదాపు ప్రవాహంలా కొనసాగింది.

ఇప్పటికి 7 సంవత్సరాలుగా డేటింగ్ చేస్తున్నాము, ప్రతి కొన్ని నెలలకు, ఆమె నన్ను ఎందుకు ప్రేమిస్తోందని నేను ఆమెను అడుగుతాను, ఈ సమయం వరకు కూడా, ఆమె అదే మాట చెప్పింది: "నాకు తెలియదు, నేను మిమ్మల్ని చాలా ప్రేమిస్తున్నానని నాకు తెలుసు."

ఆమె నన్ను ఎందుకు ప్రేమిస్తుందో ఆమెకు ఎందుకు తెలియదో నాకు అర్థం కాలేదు. కాబట్టి అది చాలా కాలం నన్ను ఇబ్బంది పెట్టింది. నేను ఆమెను ఎందుకు ప్రేమించాను అనేదానికి 50 కారణాలను జాబితాగా చేయగలను, కానీ కొన్నింటిని కూడా ఆమె జాబితాగా చేయలేకపోయింది.

ఇప్పటికీ, సంవత్సరాలుగా, నేను ఆమెను చాలా ప్రేమిస్తున్నాను, తను ఎందుకు ప్రేమిస్తోందో ఆమెకు తెలియదనేది నిజంగా పట్టించుకోలేదు.

నేను దానిని అంగీకరించాను, ఏమైనప్పటికీ ఆమెను ప్రేమించడం కొనసాగించాను. ఎందుకంటే ప్రేమించకుండా ఉండలేను.

ఆమె నన్ను ఎందుకు ప్రేమిస్తుందో కారణాలను ఎందుకు ఆలోచించలేదో, కొన్ని నెలల క్రితం వరకు నాకు అర్థం కాలేదు. నేను మాకెన్నను ఎందుకు ప్రేమించానో దానికి గల కారణాలను ప్రశ్నించడం మొదలుపెట్టాను. అప్పుడు నాకుఅర్థమైంది. అది నా జీవితాన్ని శాశ్వతంగా మార్చింది.

నన్ను నేను ప్రశ్నించుకున్నాను, ఆమె నవ్వు కారణంగా నేను ఆమెను ప్రేమిస్తున్నానా లేదా ఆమె ఇతరులకు సహాయం చేయడాన్ని ఇష్టపడుతున్నానా? ఆమె ఒక రోజు నవ్వకపోతే లేదా ఆ రోజు ఎవరికైనా సహాయం చేయకపోతే ఏమి జరుగుతుంది? ఆమె చేయకపోతే నేను ఆమెను ప్రేమించడం మానేస్తానా?

ఆమెని ప్రేమించడానికి నేను చెప్పిన విషయాలే కారణమా? నేను ఆమెను ఎందుకు ప్రేమిస్తున్నాను అనేదానికి కారణాలను వెతికితే, అది ఆమె పట్ల నా ప్రేమను ఆ నిర్దిష్ట లక్షణాలకు లేదా చర్యలకు షరతులతో కూడినదిగా చేస్తుంది. ఆమె వాటిని చేయకపోతే, నేను ఆమెను ప్రేమించను అని అర్థం వస్తుంది. ఇది, వాస్తవానికి, నిజం కాదు.

ఆ క్షణంలో, మాకెన్నా నా పట్ల ఆమెకున్న ప్రేమ బేషరతుగా ఉన్నందున ఆమె నన్ను ఎందుకు ప్రేమించిందనే కారణాలను జాబితా చేయలేకపోవడాన్ని నన్ను విస్మయపరిచే అంతర్దృష్టి తెలియజేసింది. ఆమె నన్ను ఎందుకు ప్రేమిస్తుందో దానికి కారణాలు లేవు ఎందుకంటే కారణాలు ఉంటేనే నన్ను ఆమె ప్రేమిస్తుందని అర్థం. ఆ లక్షణాలను బయటపెట్టడం లేదా ఆమె మనసుకి నచ్చే పనులను చేయడం జరిగేది.

నా పట్ల ఆమెకున్న ప్రేమ నా మానసిక స్థితి లేదా నేను చేసినదానిపై ఆధారపడి ఉండదు; నా పట్ల ఆమెకున్న ప్రేమ అన్ని "కారణాలకు" మించినది, అన్యోన్యత అనే భావం నుండి రాదు. నేను ఆమెను ప్రేమిస్తున్నందున ఆమె నన్ను ప్రేమించడం లేదు లేదా నేను ఆమె కోసం ఏదో చేయగలనని ఆశించి, నన్ను ప్రేమించడం లేదు.

ఆమె తనలో ఎంతో ప్రేమను అనుభవిస్తోంది. అది ఆమె నాకు బేషరతుగా బహుమతిగా ఇస్తున్న ప్రేమ యొక్క సమృద్ధి ప్రవాహం.

ప్రేమ అనుభూతిని, అది ఎక్కడ నుండి వస్తుందో చెప్పడానికి ప్రయత్నించడం బహుశా నా జీవితంలో నేను చేసిన కష్టతరమైన పని. ఎందుకంటే, నేను వర్ణించలేనిదాన్ని, వివరించడానికి ప్రయత్నిస్తున్నాను.

ఈ అనుభవం నుండి, నేను ఆమెను ఎప్పుడూ, ప్రేమిస్తాను అనేదానికి కారణాలు లేదా షరతులు పెట్టకుండా మాకెన్నా పై నా ప్రేమను బేషరతుగా అంగీకరించడం నేర్చుకున్నాను (ఎందుకంటే నేను అలా చేస్తే, ఎప్పుడు ప్రేమించకూడదనే దానికి,నా అంతగా నేను ఎన్నికచేసుకుని కొన్ని షరతులు పెడతాను). ఇప్పుడు నాలో చాలా ప్రేమ ఉంది, ఎందుకంటే నేను ఎలాంటి షరతులు లేని ప్రేమను ప్రవహిస్తున్నట్లు అనుభవించాను. ఏమి చేసినా ఆమెను ప్రేమించకుండా ఉండలేను. ఈ షరతులు లేని ప్రేమ బాహ్య కారణాల నుండి వచ్చింది కాదు, కానీ మనమందరం వచ్చిన అనంతమైన మూలం నుండి వచ్చింది.

మనమందరం ఈ స్వచ్ఛమైన, షరతులు లేని ప్రేమతో అనుసంధానించబడ్డాము, ఇది దేవుడు, విశ్వం లేదా మీరు ఏ పేరును ఉపయోగించాలని ఎంచుకున్నా. ఆ షరతులు లేని ప్రేమ నుండి మనల్ని వేరు చేసే స్వంత ఆలోచన మాత్రమే దీనికి అడ్డుగా ఉంటుంది.

షరతులు లేని సృష్టి

షరతులు లేని సృష్టి అనేది సృష్టి యొక్క స్వచ్ఛమైన రూపం. షరతులు లేని ప్రేమ నుండి ఏదైనా సృష్టించబడినప్పుడు, మనం అక్కడ నిలబడి విస్మయంతో మెచ్చుకోకుండా ఉండలేము. షరతులు లేని సృష్టి ఎల్లప్పుడూ వినూత్నమైనది, ప్రత్యేకమైనది, కొత్తది, ఆకర్షణీయమైనది,సాహసవంతమైనది, విభిన్నమైనది, దాని మార్గంలో అది విప్లవాత్మకమైనది.

చాలా కొద్ది మంది మాత్రమే ఈ పద్ధతిలో పనిచేస్తారు. ఎందుకంటే మనం చేసే లేదా చేసే పనులకు సంబంధించి ఎల్లప్పుడూ షరతులు పెడతాం.

ఉదాహరణకు, మనం ఎక్కువ డబ్బు సంపాదించాలనే లక్ష్యాన్ని సాధించడానికి పని చేస్తున్నప్పుడల్లా, ఆదాయాన్ని సృష్టించుకోవడానికి ప్రయత్నించవచ్చు. ఇది షరతులతో కూడిన సృష్టి, ఎందుకంటే డబ్బును దాచుకోవడానికి ఎవరూ డబ్బు కోరుకోరు. చాలా మంది వ్యక్తులు వేరే

దేనికోసమో లేదా ఇంకేదో చేయడానికో డబ్బు కోరుకుంటారు వారు కోరుకున్న మరొక విషయం కోసం దాన్ని ఉపయోగిస్తారు.

ఇది, స్వభావంతో, వారు సృష్టిస్తున్న వాటిని షరతులతో కూడినదిగా చేస్తుంది. వారు దీని నుండి వేరేదాన్ని కోరుకుంటున్నందున వారు దీన్ని సృష్టిస్తున్నారు. మనం వేరొకదాని కోసం ఏదైనా సృష్టించినప్పుడు, సాధారణంగా సృష్టించే ప్రక్రియను మనం ఆస్వాదించలేము. ఎందుకంటే అది ఎల్లప్పుడూ ముగింపుకు ఒక సాధనంగా ఉంటుంది. ఎప్పటికీ అంతం కాదు.

అందుకే మనం ఎల్లప్పుడూ వెంబడిస్తున్నట్లు, విసురుతున్నట్టు, బడాయిగా ప్రయత్నిస్తున్నట్లు, నిరంతరం ఒత్తిడికి, గురవుతున్నట్లు అనిపిస్తుంది. మనం మన లక్ష్యాన్ని సాధించిన తర్వాత కూడా, కొన్ని సెకన్ల పాటు మాత్రమే ఆనందిస్తాము. మనం వెతుకుతున్నది మనకు ఎప్పుడూ లభించలేదు కాబట్టి వెంబడించాల్సిన మరొక లక్ష్యానికి బయలుదేరుతాం.

మనం అంతిమంగా వెతుకుతున్నది అనుభూతుల కోసం. భద్రత, శాంతి భావాన్ని పొందడానికి మనకి ఎక్కువ డబ్బు కావాలి. కుటుంబంతో సమయాన్ని గడపాలని కోరుకుంటున్నాము ఎందుకంటే అది ఎంతో ప్రేమ, ఆనందాన్ని కలిగిస్తుంది. మనం ఇష్టపడేదాన్ని చేయాలనుకుంటున్నాము ఎందుకంటే అది మనకు లోపల సాధించిన అనుభూతిని ఇస్తుంది. ఇవన్నీ చివరికి మనం పొందడానికి ప్రయత్నిస్తున్న భావాలు, కానీ మనం కోరుకునే లక్ష్యం లేదా వస్తువు మనకు, ఆ అనుభూతులను ఇస్తుందని ఆలోచిస్తూ ఉంటాము.

ఈ ఆలోచన అంతర్లీనంగా లోపభూయిష్టంగా ఉంది. ఎందుకంటే మన భావాలు మనలో నుండి మాత్రమే ఉత్పన్నమవుతాయి, బాహ్య విషయాల నుండి కాదు. బాహ్య విషయాలు, భావాలను సృష్టించడానికి మనల్ని ప్రేరేపిస్తుంది, కానీ అంతిమంగా ఆ భావాలను మనలో నుండి ఉత్పత్తి చేసేది మనమే.

విరుద్ధమైన విషయం ఏమిటంటే (జీవితంలో ద్వంద్వత్వంలోని ప్రతి దాని లాగే), **మనం ఏదైనా పరిస్థితులు లేదా కారణాలు లేకుండా సృష్టించినప్పుడు, వాస్తవానికి మనకు కావలసిన అన్ని సానుకూల భావాలను వెంటనే అనుభూతి చెందుతాము.**

షరతులు లేని సృష్టి అనేది మరొక ప్రయోజనం కోసం లేకుండా ఏదైనా సృష్టించడమే. కానీ మనం దానిని సృష్టించాలనుకుంటున్నందున దానిని సృష్టిస్తున్నాం. ఇది డబ్బు, కీర్తి, ప్రేమ లేదా మరేదైనా కోసం కాదు. దానిని సృష్టించాలనుకుంటున్నాము కాబట్టి దానిని సృష్టించాము. ఇది సమృద్ధి అందించిన సృష్టి. ఈ స్థితి నుండి సృష్టించినప్పుడు, ఇప్పటికే లోపల పూర్తిగా అనుభూతి చెందుతాము. మనం అనుభూతి చెందాలనుకుంటున్న ప్రేమ అంతా, ఈ క్షణంలో అనుభూతి చెందుతున్నాము.

మనం ఆలోచించలేని స్థితిలో ఉంటేనే షరతులు లేని సృష్టిని కొనసాగించగలం. మనం కోరుకున్నంత మాత్రాన ఏదైనా చేయడం అర్థరహితమని మెదళ్ళు మనల్ని ఆలోచింపజేస్తాయి, కానీ అదే రహస్యం. మరేదైనా కారణం లేకుండా పనులు చేసిన వెంటనే, మనం జీవన రంగంలోకి అడుగుపెడతాము. జీవితం షరతులు లేకుండా, ప్రవాహాన్ని అనుభవించినప్పుడు, ఏకత్వాన్ని, విశ్వం/దేవునికి ప్రత్యక్ష సంబంధాన్ని అనుభవిస్తున్నప్పుడు కలిగే భావన వస్తుంది.

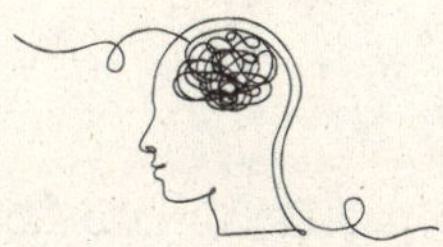

11

వర్తమానంలో శాంతి, ఆనందం, ప్రేమ, సంతృప్తిని అనుభవించిన తరువాత మీరు ఏమి చేస్తారు?

“

ఆలోచించవద్దు. ఇది విషయాలను క్లిష్టతరం చేస్తుంది.
అనుభూతి చెందండి, హాయిగా ఉండే దాని మార్గాన్ని అనుసరించండి.

”

ఆర్.ఎం. డ్రేక్

మీరు పుస్తకంలోని సూత్రాలను వర్తింపజేస్తూ ఉంటే, మీరు ఎక్కువగా ఆలోచించకుండా శాంతిని పొందగలుగుతారు. కాకపోతే, మన ప్రతికూల భావాలన్నీ మన ఆలోచనల నుండి వచ్చాయని గుర్తుంచుకోవాలని మీకు విన్నవిస్తున్నాను. మీరు చేయాల్సిందల్లా ఆ వాస్తవం గురించి తెలుసుకోవడం. మురికి నీటిలో శిథిలాలు స్థిరపడినట్లే, ఆలోచనను స్థిరపరుస్తుంది. ఇది మీ ఆలోచన మాత్రమేనని, భయపడాల్సిన పని లేదని మీరు ఒకసారి భావిస్తే, మీరు మీ జీవితంలో నిజమైన శాంతిని అనుభవిస్తారు.

మీరు శాంతిని అనుభవించగలిగిన తర్వాత, ఏమి చేయాలో మీకు తెలియకపోవచ్చు. ఈ సమయంలో, మీరు ఆందోళనని, సందేహాన్ని అనుభవిస్తూ ఉండవచ్చు. నాతో సహా నా క్లయింట్లు చాలా మంది అలాగే భావించారు. వారు పరిమితులు వదిలేసి, ప్రపంచంలో ఏదైనా చేయడానికి సిద్ధమయ్యారు. **చింతించకండి; ఇదంతా సాధారణంగా మేల్కొనే ప్రక్రియలో భాగం.**

మీరు ఇప్పటికే కష్టతరమైన భాగాన్ని నేర్చుకున్నారు, అంటే ఆలోచించకుండా ఉండటం, మీ ప్రతికూల ఆలోచనను మీ జీవితాన్ని నియంత్రించకుండా నిరోధించడం.

మనం శాంతిని అనుభవించిన తర్వాత మనకు ఆందోళన, సందేహం కలగడానికి కారణం ఏమిటంటే, ప్రపంచంలో మనకు తెలుసునని మనం అనుకున్న ప్రతిదాన్ని మనం వదులుకున్నాము. అసలేం జరిగిందంటే వ్యక్తిగత అహంకార మరణించింది. ఒక సహజ పరిణామం ఏమిటంటే, ఒకసారి వ్యక్తిగత అహం బెదిరింపుకు గురైతే, అది మీ జీవితంపై మళ్లీ నియంత్రణ సాధించడానికి తన శక్తి మేర అన్నీ చేస్తుంది.

అహం అనేది మనం ఎప్పటికీ వదిలించుకోలేనిది. అందుకే మీరు శాంతిని అనుభవించిన తర్వాత కూడా సందేహం, ఆందోళన వంటి భావాలు రావచ్చు. ఈ క్షణంలో మీ సింహాసనాన్ని తిరిగి పొందే ప్రయత్నానికి అహం (ఆలోచించడం) తిరిగి వస్తుంది. కానీ చింతించకండి, ఎందుకంటే మీ

ఆలోచన మాత్రమే మీ ప్రతికూల భావాలకు కారణమని గుర్తుంచుకోవడం ద్వారా మీ అహాన్ని (మీ ఆలోచన) త్వరగా ఎలా విడదీయవచ్చో మీరు ఇప్పటికే నేర్చుకున్నారు. మీ ఆలోచన మీ మనస్సులోకి ప్రవేశించకుండా నిరోధించడానికి ప్రయత్నించడం కాదు, కానీ తగ్గించడానికి, ప్రతికూల భావోద్వేగాలకు కారణం మీ ఆలోచన మాత్రమే అని గుర్తుంచుకోవడానికి మీకు పట్టే సమయం. ఆలోచన జరగకుండా నిరోధించడం అసాధ్యం ఎందుకంటే ఇది మనలో బాగా పాతుకుపోయింది.

ఉదాహరణకు, మన మార్గంలో విషపూరితమైన పాముపై అడుగు పెట్టబోతున్నామని అకస్మాత్తుగా చూసినప్పుడు, మానవ స్వభావంతో భయపడతాం. కానీ అది కేవలం తాడు ముక్క అని మీరు గ్రహించినప్పుడు, మీరు భ్రమలోకి చూస్తారు, మీ ఆలోచనే మిమ్మల్ని భయాందోళనకు గురిచేసిందని తెలుసుకుని, అందమైన బాటలో మీ ప్రశాంతమైన నడకను తిరిగి ప్రారంభిస్తారు. ఆ ప్రారంభ ప్రతిచర్యను నిరోధించలేము. కానీ మనం ఎల్లప్పుడూ సత్యాన్ని గుర్తుంచుకోవచ్చు, మన సహజమైన శాంతి స్థితికి తిరిగి రావచ్చు-అదే ముఖ్యమైనది.

మనం శాంతిని అనుభవించిన తర్వాత మనకు ఆందోళన. సందేహం కలగడానికి మరొక కారణమేమిటంటే, ప్రపంచంలో మనకు తెలుసునని మనం అనుకున్న ప్రతిదాన్ని మనం వదులుకున్నాం. అసలు విషయమేమిటంటే, మనం అన్ని సమయాలలో ఆలోచిస్తున్నప్పుడు మనం ఎంతో శక్తిని ఉపయోగిస్తాము.

అన్ని కాలాలలో చాలా మంది ప్రజలు తమ రోజులో ఎక్కువ భాగం ఒత్తిడి (ఆలోచించడం)లో గడుపుతారు, ఇది అపారమైన శక్తిని వినియోగిస్తుంది. ఆలోచించడం మానేసినప్పుడు, మీరు ఆలోచించడానికి ఉపయోగించే ఈ శక్తికి ఇప్పుడు "విముక్తి" లభిస్తుంది. కానీ అది ఇంకా ఎక్కడా నిర్దేశించబడలేదు, ఏమి జరుగుతుందో మనం ఆ శక్తిని తిరిగి ఆలోచనలో ఉంచే మన పాత నమూనాలకు తిరిగి వస్తాము, ఎందుకంటే మన పరిస్థితి అలాంటిది. ఈ సందర్భంలో మనం చేయగలిగేది ఏమిటంటే, కొత్తగా కనుగొన్న శక్తిని మన ప్రేరణ లక్ష్యాలలోకి మార్చడం.ఈ శక్తిని తిరిగి అతిగా ఆలోచించకుండా నిరోధించే నివారణగా, చొరవ తీసుకోవడం అవసరం.

ఇది పని చేయడానికి, మీరు ఈ దృగ్విషయాన్ని అనుభవించిన తర్వాత మీ మొత్తం శక్తిని దాని వైపు మళ్లించగలిగేలా, మీరు మీ లక్ష్యాలను స్ఫూర్తితో (నిరాశకు విరుద్ధంగా) రూపొందించడానికి కొంత సమయాన్ని వెచ్చించారని నిర్ధారించుకోండి. మీకు నిరాశ లక్ష్యాలు మాత్రమే మీ మనస్సులోఉంటే, దాని వైపు శక్తిని మళ్లించడమనే ఆలోచన, ప్రతికూల భావాలను మాత్రమే శాశ్వతం చేస్తుంది.

ఈ దశలో చాలా మందికి సహాయం చేసేది "యాక్టివేషన్ పద్ధతి" కూడా. యాక్టివేషన్ పద్ధతి అనేది ఉదయపు దినచర్య. మీరు మేల్కొన్న వెంటనే సానుకూల దిశలో కదలికనందించడంలో మీకు సహాయపడుతుంది. తద్వారా రోజంతా ఆలోచనారహిత స్థితిలో ఉండడం సులభం. చలనంలో ఉన్న వస్తువు చలనంలో ఉంటుంది. నాన్-థింకింగ్, కదలిక శక్తిని నేను అర్థం చేసుకునేంత వరకు ఆధ్యాత్మిక గురువులు, గొప్ప నాయకులందరూ ఉదయం దినచర్య ఎందుకు చేస్తారో అర్థం కాలేదు.

ఇక్కడ ఓ శుభవార్త ఉంది: ఇప్పుడు మీ శక్తి అంతా ఆలోచనతో ముడిపడి లేదు. మీరు ఇప్పుడు ఈ విముక్తి శక్తిని ఉపయోగించుకోవచ్చు, ప్రేరణ నుండి ఇంధనం వరకు కొత్త లక్ష్యాలను రూపొందించడానికి, శాంతితో నిండిన మీ కొత్త జీవితంలోకి మిమ్మల్ని ముందుకు ఆనందం, ప్రేమతో నడిపించవచ్చు.

12

ఏదీ మంచిదీ కాదు, చెడ్డదీ కాదు

“

మంచి లేదా చెడు అని ఏమీ లేదు ఆలోచన లోనే అంతా ఉంది.

”

విలియం షేక్స్పియర్

దీన్ని వివరించడానికి ఓ ఉదాహరణ ఇక్కడ ఉంది. పియానోలో, 88 కీలు ఉంటాయి. పియానో ని చూసినప్పుడు, ఎటువంటి కారణం లేకుండా నిర్దిష్ట కీలను సూచిస్తూ, ఆ కీ "తప్పు" అని చెప్పము. ఎవరైనా ఒక ప్రత్యేకమైన పాటను వాయిస్తున్నారని భావిస్తే, ఆ నిర్దిష్టమైనకీ "తప్పు" అని, పాటలో లేని కీని నొక్కాడు అని మాత్రమే అనుకుంటాము.

దీని అర్థం ఏమిటంటే, పియానోలో తప్పు కీ లులేవు. వరుసగా ప్లే చేసినప్పుడు ఎక్కువ లేదా తక్కువ ఆహ్లాదకరంగా అనిపించే కీలు, నోట్ లు మాత్రమే ఉన్నాయి.

పియానోలో తప్పు కీలు ఎలా ఉండవో, జీవితంలో "తప్పు" నిర్ణయాలు లేవు. మనకు ఆహ్లాదకరమైన లేదా అంత ఆహ్లాదకరం కానీ అనుభూతులను ఇచ్చే ఆలోచన మాత్రమే ఉంది. మనం విషయాలను సరైన లేదా తప్పు, మంచి లేదా చెడు అనే బకెట్‌లో ఉంచినప్పుడు, అది మన జీవితంలో ద్వంద్వత్వాన్ని, పరిస్థితులను సృష్టిస్తుంది, ఇది మనం ఎలా భావిస్తున్నామో నిర్ణయిస్తుంది.

ఉదాహరణకు, వ్యతిరేక రాజకీయ పార్టీలు తప్పు లేదా చెడ్డవని మనం విశ్వసిస్తే, ఇది మనలో శత్రుత్వాన్ని కలిగిస్తుంది. ప్రతికూల భావోద్వేగాల సమ్మేళనంగా భావించేలా చేస్తుంది.

మరోవైపు, పియానోలో వేర్వేరు కీలు ఎలా ఉన్నాయో, అంతర్గతంగా "తప్పు" పార్టీలు ఎలా ఉండవో, అదే విధంగా మనం విభిన్నంగా కనిపిస్తే, ఆ క్షణంలో ప్రేమ, ఆనందం, శాంతిని అనుభవించడానికి మనం సిద్ధమవుతాం.ఇంతకు ముందు చూడని ప్రత్యామ్నాయ దృక్కోణాలను చూడటం ప్రారంభిస్తాము.అప్పుడు జీవితం యొక్క నిజమైన స్వభావంపై మన అవగాహనను మరింతగా పెంచుకునే అవకాశం ఉంది.

మనం పర్వతారోహణ చేస్తూ, అందమైన దృశ్యాన్ని చూడటానికి నిర్దిష్ట కేంద్రం వద్ద ఆగిపోతే అక్కడ, ప్రకృతి యొక్క గొప్పతనాన్ని ఆస్వాదించ డానికి,మంచి ప్రదేశాలు ఏమీ లేవు. కానీ మనం నిలబడగలిగే అన్ని

ప్రదేశాలకు మార్గం ఉండటం ద్వారా, మనం చూడని వివిధ కోణాల నుండి వీక్షించవచ్చు.

లోకంలో మంచి లేదా చెడు, మంచికోసం లేదా చెడు కోసం వెతకడానికి బదులుగా, సత్యం కోసం చూడండి. మనం సరైన వారమని, వారు తప్పు అని నిరూపించడానికి ప్రయత్నించే బదులు, లేదా వారు ఎలా మెరుగ్గా ఉన్నారు, మనం ఎలా అధ్వాన్నంగా ఉన్నాము, మీ ముందు ఉన్నవాటిలో సత్యం కోసం చూడండి. చాలా మంది ప్రజలు తాము అనుకున్నది సత్యం అని నమ్ముతున్నారని చెప్పడానికి బాధపడుతున్నాను. చాలా వరకు, జీవితం గురించి ఈ లోతైన అవగాహన లేకుండా, అది అలా అనిపించినప్పటికీ మనం అనుకున్నది చాలా వరకు సత్యం కాదు.

నిజమైన సత్యం ఆత్మాశ్రయమైనది కాదు. ఇది ఒక వ్యక్తికి "సత్యం" అయితే, మరొకరికి కాకపోవచ్చు, అది విశ్వవ్యాప్త సత్యం కాదు. గ్రహం మీద ఉన్న ప్రతి ఒక్క స్పృహతో ఉన్న మానవునికి, ఎవరితో సంబంధం లేకుండా విశ్వవ్యాప్తంగా ఏది సత్యం అని చూడండి. వారు ఉన్నారు, వారు ఎక్కడ నుండి వచ్చారు, వారి నేపథ్యం ఏమిటి. ఇది నిజమైన నిజం, మీరు వెతుకుతున్న ప్రతిదాన్ని ఇక్కడే మీరు కనుగొంటారు. మీరు కనుగొనగలిగే ఏకైక స్థలం మీ ఉనికిలోనే ఉందని గుర్తుంచుకోండి, కాబట్టి మీ వెలుపల దాని కోసం వెతకడానికి ప్రయత్నించవద్దు.

మీరు ప్రతికూల భావావేశాలను రేకెత్తించే వాటిని ఎదుర్కొన్నట్లయితే, మీ ఆత్మలో లోతైన విశ్వవ్యాప్త సత్యం యొక్క మూలాన్ని కనుగొనడానికి మీలోపలకి వెళ్ళండి. మీరు బయట సమాధానాల కోసం వెతకడానికి ప్రయత్నించినా లేదా ఎందుకు అలా అనిపిస్తుందో దాని మూలానికి బాహ్య కారణాలను త్రవ్వడానికి ప్రయత్నిస్తే, మిగిలిన శాశ్వతత్వం కోసం వెతుకుతారు, దానినిఎప్పటికీ కనుక్కోలేరు.

ప్రతికూల భావోద్వేగాలు అపార్థానికి సూచన. మనం ప్రతికూల భావోద్వేగాలకు లోనవుతున్నప్పుడు, మనం ఏమి ఆలోచిస్తున్నామో మనం నమ్ముతామని అర్థం. ఈ క్షణంలో మన అనుభవం ఎక్కడ నుండి వచ్చిందో, మన ఆలోచన మన ప్రతికూల భావోద్వేగాలకు కారణమని మనం మరచిపోయాము.

మీరు చేయాల్సిందల్లా మనం ఎలా భావిస్తున్నామో దానికి మూలకారణం ఆలోచనే అని గుర్తుంచుకోండి. ఇది మీ అవగాహనలోకి వచ్చిన తర్వాత, ఆలోచనతో పోరాడకండి. మీ ఆలోచనే కారణమని తెలుసుకోండి. చెడు భావాలను, ప్రేమతో స్వాగతించండి, అది నెమ్మదిగా మీ కళ్ళ ముందునుండి అంతర్ధానం అయిపోతుంది. చాలా కాలం తర్వాత, మీరు శాంతి, ప్రేమ, ఆనందం అనే మీ సహజ స్థితికి తిరిగి వస్తారు.

13

ఆలోచించకుండా ఏమి చేయాలో మీకు ఎలా తెలుసు?

“

సహజమైన మనస్సు ఒక పవిత్రమైన బహుమతి, హేతుబద్ధమైన మనస్సు నమ్మకమైన సేవకుడు. సేవకుడిని గౌరవించే సమాజాన్ని మనం సృష్టించాము, బహుమతిని మరచిపోయాము.

”

ఆల్బర్ట్ ఐన్ స్టైన్

గత అధ్యాయంలో, ఈ ప్రపంచంలో తప్పు లేదా ఒప్పు అనేది ప్రత్యేకంగా ఉండదని చర్చించాము. ఈ అధ్యాయం లో మన అవగాహనను మరింతగా పెంపొందించడానికి, ఆలోచించకుండా ఏమి చేయాలో తెలుసుకోవడం ఎలాగో తెలియజేసేందుకు ప్రయత్నిద్దాం. మనం తీసుకోగల సరైన లేదా తప్పు నిర్ణయాలు ఏవీ లేనప్పటికీ, పియానోలో తప్పు కీలు ఎలా ఉండవో, సందర్భాన్ని బట్టి ఎక్కువ ఆహ్లాదకరంగా ఉండే నిర్ణయాలు లేదా "కీలు" ఉన్నాయి. సరైనదాన్ని ఎంచుకోవడానికి కలిగే ఒత్తిడి వల్ల కొంత ఉపశమనం పొందుతుంది.

మనం నిర్ణయాలు తీసుకునేటప్పుడు, ఆలోచించకుండా నిర్ణయాలు తీసుకోవాలి. ఆలోచించడం వల్ల, విశ్లేషించడానికి, లాభాలు, నష్టాల జాబితాలను రూపొందించడానికి ప్రయత్నించినప్పుడు, ప్రతి ఒక్కరిని (పెంపుడు జంతువులతో సహా) సలహా కోసం అడిగినప్పుడు, నిర్ణయం తీసుకునే వరకు ఆందోళన, నిరాశ కలిగిస్తుంది. చాలా సందర్భాలలో, ఏదైనా నిర్దిష్ట పరిస్థితిలో ఏమి చేయాలో మనకు అప్పటికే తెలుసు. ఇది తరచుగా మీ గట్ ఫీలింగ్, అంతర్ దృష్టి లేదా అంతర్గత జ్ఞానంగా పరిగణించవచ్చు. మనం చేసేది బాహ్య ప్రపంచంతో అంతర్ దృష్టిని నిర్ధారించడానికి ప్రయత్నించడం. ఇక్కడే చాలా ప్రతికూల భావోద్వేగాలు కనిపించడం ప్రారంభిస్తాయి, ప్రతి ఒక్కరి అభిప్రాయాల కారణంగా మానసిక స్థితి నాశనం మౌతుంది.

మీరు ఏమి చేయాలనుకుంటున్నారో మీకు మాత్రమే తెలుసు. మరెవరికి మీరు చెప్పలేదు. దారిలో మీకు సహాయం చేయడానికి, మార్గనిర్దేశం చేసే మార్గదర్శకులు, కోచ్‌లు ఉంటారు. కానీ ఉత్తమమైన దాని కోసం అంతర్ దృష్టిని ఆలకించండి. సమాధానం కోసం మీలో చూడండి (సత్యం మీలో మాత్రమే ఉంటుంది).

అందుకే మనలో చాలా మంది తమకు కలిగిన అనుభూతి ఆధారంగా ఏమి చేయాలో లోతుగా తెలుసుకున్నప్పుడు విచారం యొక్క అసాధారణ

స్థితిని అనుభవిస్తారు. కానీ దానిని విస్మరించి, మరొకరి సలహా లేదా అభిప్రాయాన్ని వింటాము.

మీ అంతర్ దృష్టి ఎల్లప్పుడూ మీరు ఎక్కడికి వెళ్లాలి, ఏ సమయంలో, ఏమి చేయాలి అనేదానికి దారి తీస్తుంది. ఇది రియల్-టైమ్ అంతర్గత జీపీఎస్ లాంటిది, ఇది ఎప్పుడు పక్కదారి లోకి వెళ్ళాలి, ఏ మార్గాన్ని ఎంచుకోవాలి అని తెలియజేస్తుంది. మీ గమ్యస్థానానికి వెళ్లే మార్గంలో అడ్డంకి ఉంటే, మన అంతర్గత జీపీఎస్ ఖచ్చితంగా ఎక్కడికి వెళ్లాలనుకుంటున్నామో అక్కడికి మార్గనిర్దేశం చేస్తుందని హామీ ఇస్తుంది. అయితే అది మనల్ని అక్కడికి ఎలా తీసువెళ్తుంది, ఏ మార్గంలో తీసుకెళ్తుందనేది హామీ లేదు. గమ్యస్థానానికి చేరేలోపు ప్రయాణంలో ఊహించని పరిస్థితులు ఎదురవుతాయి, అయితే మీ జీపీఎస్ మిమ్మల్ని అక్కడికి చేరుస్తుందని హామీ ఇవ్వగలరు.

ముఖ్య గమనిక

సమాజం ప్రధాన స్రవంతిలోకి వచ్చే వరకు మన అంతర్ దృష్టిని దాదాపుగా అంగీకరించదు. ఈ కారణంగా, మీరు ఏది నిజం అని మీకు తెలిసిన దాని నిర్ధారణ కోసం బయట చూడటానికి ప్రయత్నిస్తే, దాదాపు ఎప్పుడూ ఎదురుదెబ్బలు తగులుతాయి, మీరు వేయవలసిన అడుగు లపై భిన్నాభిప్రాయాలు వ్యక్తమవుతాయి. సమాధానాల కోసం బైట చూడటం మానుకోండి. మీ అంతర్ దృష్టిని, మీ ఉత్సాహాన్ని, మీ అంతర్గత జ్ఞానాన్ని, విశ్వాన్ని/దేవుని అనుసరించండి. మీరు ఇలా చేసినప్పుడు, మీరు ఊహించని లేదా కలలో కూడా ఊహింలేని అద్భుతాలను మీ జీవితంలో చూడటం ప్రారంభమవుతుంది.

విశ్వాసం, ధైర్యం ఉన్నవారు, జీవితంలోని అద్భుతాన్ని ఆస్వాదిస్తూ వారు వెతుకుతున్న నిజమైన ఆనందం, శాంతి, ప్రేమను కనుగొంటారు.

కాబట్టి ఆలోచించకుండా ఏమి చేయాలో మనకు ఎలా తెలుసు?

నిజం ఏమిటంటే మనలో చాలా మందికి ఏమి చేయాలో తెలుసు, కానీ చేయడానికి భయపడతాము. ఉదాహరణకు, మనం బరువు తగ్గాలనుకుంటే, చాలామందికి ఏమి చేయాలో ఖచ్చితంగా తెలుసు. బరువు తగ్గడానికి సూత్రం రాకెట్ సైన్స్ కాదు లేదా చిత్రలిపిలో వ్రాయబడింది కాదు. మనం

తినే దానికంటే ఎక్కువ కేలరీలు బర్న్ చేయడం, వ్యాయామం చేయడం, ఆరోగ్యకరమైన ఆహారాన్ని తినడం,ద్వారా మాత్రమే బరువు తగ్గగలమని, మనలో చాలా మందికి తెలుసు. జీవితంలో దేనినైనా, ఏం చేయాలో ఇప్పటికే బాగా తెలుసు. కానీ దాన్ని చేయడానికి భయపడతాం లేదా చేయడానికి సరిపోమనుకుంటాం.

ఏమి చేయాలో ఇప్పటికే తెలుసునని గ్రహించడం మొదటి దశ; భయం లేదా స్వీయ సందేహం వల్ల కాదని అనుకుంటున్నారు. పరిస్థితి గురించి ఎటువంటి భయం లేదా స్వీయ సందేహం లేకపోతే, ఏమి చేయాలో మీకు తెలియదని చూస్తున్నట్లయితే, తదుపరి దశ మీ అంతర్గత జ్ఞానం (అనంతమైన మేధస్సు) మీకు అవసరమైన సమాధానాలను ఇస్తుందని నమ్మాలి. అనంతమైన ఆలోచనలను అందుకోగల సామర్థ్యాన్ని కలిగి ఉన్నాము. కాబట్టి మీరు ఏ క్షణంలోనైనా ఏం చేయగలరనే దానిపై ఖచ్చితంగా ఆలోచనల లేమి ఉండదు. ఒక్కటే విషయం ఈ అద్భుతమైన జ్ఞానాన్ని అందుకోకుండా మనల్ని ఆపేది మన స్వంత ఆలోచన.

హెన్రి ఫోర్డ్ ఒకసారి ఇలా అన్నాడు, “మీరు చేయగలరని లేదా మీరు చేయలేరని అనుకున్నా, రెండూ సరైనవే” మనం చేయలేము అని ఆలోచిస్తూ మన జీవితాల చుట్టూ తిరుగుతూ ఉంటే, ఏ సమయంలోనైనా ఏమి చేయలేమని సందేహించి, అపరిమిత అవకాశాలని వదులుకుంటాము.

కానీ మనం మన మనస్సులో ఉన్న అంతరాయాన్ని బద్దలు చేసి, మన ఆలోచన మాత్రమే మనల్ని పట్టి ఉంచుతుందని గ్రహించినప్పుడు, మనం స్వతస్సిద్ధంగా మన సహజ స్థితికి తిరిగి వస్తాము. అపరిమిత అవకాశాలు సమృద్ధిగా ఉన్నాయి, ఆ క్షణంలో, మనం ఏమి చేయాలనే దానిపై ఆశించిన ఏదైనా సమాధానం అందుకోవచ్చు.

సంక్షిప్తంగా చెప్పాలంటే, మీకు ఇప్పటికే తెలుసని తెలుసుకోండి, మీకు తెలియకపోతే, తెలుసుకోవలసినది మీరు తెలుసుకోగలరని తెలుసుకోండి.

మీరు ఎల్లప్పుడూ తెలుసుకోగలరని తెలిస్తే, మీరు తెలుసుకోవలసినది ఎల్లప్పుడూ అందుతుంది. మీ అంతర్ దృష్టి, అంతర్గత జ్ఞానాన్ని విశ్వసించండి. మీకు అవసరమైనప్పుడు అది ఎల్లప్పుడూ ఉంటుంది, మీరు నమ్మినంత కాలం మీ కోసం ఉంటుంది.

14

మీ అంతర్దృష్టిని ఎలా అనుసరించాలి

“

మీ హృదయాన్ని, అంతర్దృష్టిని అనుసరించే ధైర్యాన్ని కలిగి ఉండండి.
మీకు నిజంగా ఏమి కావాలో ఇప్పటికే తెలుసు.
మిగతావన్నీ అప్రధానమైనవి.

”

స్టీవ్ జాబ్స్

మునుపటి అధ్యాయంలో, మనం అభివృద్ధి చెందే మార్గం మనకి వస్తున్న ఆలోచనను తొలగించడం ప్రపంచంలో అభివృద్ధి చెందడానికి మనం ఎలా ఆలోచించాల్సిన అవసరం లేదో, గురించి చర్చించాం. ప్రవాహ స్థితి అనేది స్వచ్ఛమైన ఏకత్వం, మన చుట్టూ ఉన్న ప్రతిదానికీ ప్రత్యక్ష సంబంధం వుంది. మనం ఆ స్థితిలో ఉన్నప్పుడు దేనినుండి పరాన్ముఖులం కాము, భగవంతుడు/విశ్వం/అనంతమైన తెలివితేటలతో ప్రత్యక్ష సంబంధంతో, నిమగ్నమై ఉన్న స్థితి అది.

ఆలోచించడం అంటే దైవంతో మనకున్న ఈ సంబంధాన్ని తెంచుకోవడం వల్ల మనలో కలిగే ఒత్తిడి, చిరాకు, కోపం, పగ, నిస్పృహ. అప్పుడే మనలో చాలా మంది రోజూ అనుభవించే ప్రతికూల భావోద్వేగాలు అన్నీ అనుభూతి చెందుతాయి. అందుకే కొన్ని మతాలు నరకమంటే దేవుని నుండి పూర్తిగా వేరుచేయడం అని వర్ణిస్తాయి.

ఇప్పటి నుండి, సరళంగా, నేను ప్రవాహానికి బదులుగా'ఆలోచించని' లేక 'నాన్-థింకింగ్' అనే పదాన్ని ఉపయోగిస్తాను, కానీ వాటిని ఈ పుస్తకంలో ఉపయోగించినప్పుడు అవి నిజంగా పర్యాయపదాలు. ఆలోచనా రహిత స్థితి అంటే అనంతమైన మేధస్సుతో ప్రత్యక్ష సంబంధం కలిగి ఉండడం అని కూడా అర్థం.

చాలా మంది మనం చేయడానికి ఇష్టపడే నిర్దిష్ట కార్యాచరణతో ఆలోచనారహిత లేదా ప్రవహించే స్థితిని ఆపాదిస్తారు. మనం ప్రవాహంలో ఉండగల ఏకైక సమయమని చెబుతారు. ఇది సత్యదూరమైనది.ఏ సమయంలోనైనా మనం ఆలోచనారహిత స్థితిలో ఉండవచ్చు. మనం నిజంగా ఆలోచనారహిత స్థితిలో ఉండగలిగేది ప్రస్తుత క్షణంలో మాత్రమే. మనం ప్రస్తుత క్షణంలో మాత్రమే వాస్తవికతను చూడగలం. చురుకుగా ఆలోచిస్తున్నప్పుడు, గతంలోనో లేదా భవిష్యత్తులోనో ఉన్నామని అర్థం (అది ఉనికిలో లేదు).

ప్రస్తుత క్షణంలో మాత్రమే నిజం కనుక్కోగలం. అందుకే ఆధ్యాత్మిక గురువులు, నాయకులందరూ ఎల్లప్పుడూ ధ్యానం, ప్రార్థన, వర్తమానాల్లో ఎలా ఉండాలో ప్రజలకు నేర్పుతారు. బైబిల్లో, మోషే దేవుణ్ణి ఆమె పేరు అడిగినప్పుడు, ఆమె "నేనే" అని జవాబిస్తుంది. ఆమె ఉంది లేదా ఉంటుంది అని దేవుడు చెప్పలేదు (ఎందుకంటే అవి ఉనికిలో లేవు, కానీ "నేను ఉన్నాను" అని చెప్పాడు. దేవుడు, సత్యం, విశ్వం, స్వేచ్ఛ, శాంతి, ఆనందం, ప్రేమ ఇవన్నీ పర్యాయపదాలు) వర్తమానంలో మాత్రమే కనుగొనవచ్చు, అందువల్ల అనుభవం లోకి వస్తాయి.

మీరు మీ అంతర్ దృష్టిని అనుసరిస్తున్నప్పుడు, మిమ్మల్ని మీరు విశ్వసిస్తున్నారని, జీవితంలోని ప్రతిదానిలో మార్గనిర్దేశం చేయడంలో సహాయపడటానికి అవసరమైన అంతర్గత జ్ఞానం మీకు ఎల్లప్పుడూ ఉందని విశ్వసిస్తున్నారని అర్థం. ఇది లేని స్థితే, ఆలోచన లేదా ప్రవాహం.

ఈ భావనని ఎలా ఆచరణాత్మకంగా మార్చుకోవచ్చో, దానిని మన దైనందిన జీవితంలోకి ఎలా తీసుకురావచ్చో అన్వేషిద్దాం. మన అంతర్ దృష్టి, అంతర్గత జ్ఞానాన్ని అనుసరించడం ఎలా ఉంటుంది, దానిని ఎలా చేయవచ్చు?

మీరు మీ అంతర్ దృష్టిని అనుసరిస్తున్నప్పుడు, మీరు మీ వ్యక్తిగత అస్తిత్వం కంటే గొప్ప దానిలోకి పూర్తిగా లాగబడ్డారు. మీరు ఆలోచనరహితస్థితిలో (ప్రవాహం), దేవునితో ప్రత్యక్ష సంబంధంలో ఉన్నారు. ఈ స్థితిలో, మీరు ఆలోచించకుండా ఏమి చేయాలో తెలుసుకోండి, అనంతమైన మేధస్సు ద్వారా మార్గనిర్దేశం చేయబడతారు. మనం ఈ స్థితిలో ఉన్నప్పుడు మనం ఏమీ చేయడం లేదని అనిపిస్తుంది, ఎందుకంటే మనం మన వ్యక్తిగత స్వభావాన్ని కోల్పోయి, జీవితంతో మమేకమవుతాం.

జీవితంతో ఏకమయిన స్థితిలో ఉన్నప్పుడు, ఆకస్మికంగా మన కోసం అంత క్రితం ఎప్పుడు లేని వ్యాపార ఒప్పందాలు రావడం, సరైన సమయంలో సరైన స్థలంలో వ్యక్తులు కలవడం, అవసరమైనప్పుడు డబ్బు రావడం, సంబంధాలు ఏర్పడడం వంటి అద్భుతాలు జరుగుతాయి. జీవితం దాదాపు మాయాజాలం లా అనిపిస్తుంది. సమయం మన చుట్టూ తిరుగుతున్నట్లు, అనుకూలంగా ఉన్నట్లు అనిపిస్తుంది, ఆ విషయంలో ఎటువంటి భావం లేదు. ఒక నెలలో ఇతరులు చేసే దానికంటే తక్కువ రోజుల్లోనే ఎక్కువ

సాధించడానికి ముందుకు వెళ్తాము. సమృద్ధి, ప్రేమ, ఆనందం, శాంతి, సామరస్యం, కృతజ్ఞత ఈ స్థితిలో అనుభవించే అనివార్యమైన, విడదీయరాని భావాలు.

ప్రతి ఒక్క వ్యక్తి ఇంతకు ముందు ఇలా భావించిన సందర్భాలను ఆనందంగా అనుభవించారు. చాలామంది అపురూపమైన స్థితిని అనుభవించినప్పటికీ, చాలా కొద్దిమంది మాత్రమే ఎక్కువ కాలం పాటు నిభాయించగలరు. దీనికి ప్రధాన కారణం ఏమిటంటే, చాలా మంది తిరిగి ఆలోచనలోకి వస్తారు, వారు తమను తాము "దాన్ని గుర్తించాలి" అని నమ్ముతారు. మనం ఆలోచించడం ప్రారంభించినప్పుడు అద్భుత పరిచే సంఘటనలు, పరిస్థితులను సృష్టించే ఆ శక్తిని కోల్పోతాము.

నిజం ఏమిటంటే, మనం అన్నింటినీ గుర్తించాల్సిన అవసరం లేదు. మన పరిమిత మనస్సులు ఎలా అర్థం చేసుకోగలవు, మొత్తం ప్రపంచాన్ని మన కోరికలకు అనుగుణంగా మార్చడానికి ఎలా ప్రయత్నించగలవు?

భగవంతుని కంటే మనకు ఎక్కువ తెలుసు అని అనుకున్నప్పుడే మనకు సమస్యలు వస్తాయి.

గొప్ప విషయమేమిటంటే, మనం తన కంటే ఎక్కువ తెలుసుకోవలసిన అవసరం లేదు, లేదా మనం ఆలోచించాల్సిన అవసరం లేదు.

మనం చేయాల్సిందల్లా మన అంతర్ దృష్టిని విశ్వసించడం, మన అంతర్గత జ్ఞానం మనకు ఉత్తమమైన మార్గాన్ని చూపుతుందని విశ్వాసం కలిగి ఉండటం.

మీరు అత్యంత ఆనందంగా ఉండే విజయాన్ని సాధించిన వ్యక్తులను వారు ఇవన్నీ ఎలాసాధించారని అడిగినప్పుడు, వారు సాధారణంగా తమ విజయాన్ని ఏదో ఒక విధమైన అధిక శక్తి లేదా అదృష్టానికి ఆపాదిస్తారు. ఆ వ్యక్తులు తమ కంటే గొప్పదానిని విశ్వసిస్తారు, తద్వారా వారి విజయాన్ని సంపూర్ణ సంకల్ప శక్తికో క్రూరమైన శక్తికో ఆపాదించకుండా అదృష్టానికో అధిక శక్తికో ఆపాదిస్తారు.

జీవితంలో పూర్తిగా మన నియంత్రణలో లేనివి చాలా ఉన్నాయి, నిజంగా దానిలో చాలా చిన్న భాగాన్ని మాత్రమే నియంత్రించగలము. మన జీవితాలను నియంత్రించలేనందున మనం వదులుకుంటామని

చెప్పడం లేదు;నిజానికి దానికి విరుద్ధంగా, మనం నియంత్రించాల్సిన అవసరం లేదని, ప్రతిదీ మన మార్గంలో జరిగేటట్టు బలవంతంగా ప్రయత్నించాల్సిన అవసరం లేదని గ్రహించినప్పుడు, బాధ, నొప్పి, నిరాశ నుండి విముక్తి పొందుతాము. మనకుమాత్రమే కాకుండా మనకి కూడా అన్నీ జరుగుతాయని ఆలోచనారహిత స్థితిలో పడటం ప్రారంభిస్తాము. మనం ఖచ్చితమైన వ్యక్తిగా మారడంలో సహాయపడటానికి, జీవితంలో ప్రతిదీ ఖచ్చితంగా ఉందని చూడటం ప్రారంభిస్తాము. ఇప్పుడు ఇలా ఉన్నా, ఏదైనా మార్చబడితే, అప్పుడు మనం చేసేది ఉండదు. లక్షలాది చిన్న చిన్న పరిస్థితులు, సంఘటనలు ఉన్నాయి. అవి మనం ఉన్న చోట ఉండాలంటే చాలా జాగ్రత్తగా అమర్చబడాలి. అది ప్లాన్ చేయడం,అసాధ్యం, వ్యర్థం అయినా మనం ఇక్కడ ఉన్నాము. ఇదే జీవితంలోని అద్భుతం.

మన జీవితంలోని విషయాలను నియంత్రించాల్సిన అవసరం లేదని చెప్పిన అంశానికి తిరిగి వెళితే, నేను ప్రత్యేకంగా చేయాలనుకుంటున్న ఒక హెచ్చరిక ఉంది.

మన జీవితంలో జరిగే ప్రతిదానిని మనం నియంత్రించలేము అనేది నిజం, కానీ మనం నియంత్రించగలిగేది మనం ఆలోచించినా లేదా లేకపోయినా (ఇది సమస్యలన్నింటికీ మూలం, ప్రతికూల భావోద్వేగాలకు కారణం). మనకు కావలసినప్పుడు మన జీవిత అనుభవం, ఏ క్షణంలో ఎలా అనిపిస్తుందో మార్చుకోవాలని నిర్ణయించుకోవచ్చు. ఆ విధంగా మనం సంతోషంగా ఉండడాన్ని ఎంచుకోవచ్చు-మన ఆలోచనను విడనాడడం ద్వారా. రోజు చివరిలో అది చివరకి ముఖ్యమైనది కాదా? ఇది మనకు ఉన్నదాని గురించి కాదు. కానీ మనం లోపల ఎలా భావిస్తున్నామో అది విజయం, ఆనందం, అమలు యొక్క నిజమైన కొలమానమవుతుంది.

నేను ప్రస్తావించాలనుకున్న మరో అంశం ఏమిటంటే, మనం చాలా విషయాలను నియంత్రించలేకపోయినా, మన జీవితంలో ఏమి కోరుకుంటున్నామో దానిలో మనం ఊహించేది ఉంటుంది. కానీ అది ఎలా ఉంటుందో చెప్పలేకపోవచ్చు. ఉదాహరణకు, మనకు ఊహించే శక్తి ఉంది. (అనంతమైన మేధస్సుకు ప్రాప్యత), మన జీవితంలో మనం కోరుకునేదానికోసం ముందుకు పోవచ్చు. ఇది అద్భుతమైన విషయం. కానీ అది ఎలా జరుగుతుందో గుర్తించాలి అని మనం భావించినప్పుడు విషయాలు

విషమంగా మారవచ్చు. ఈ సమయంలోనే చాలా మంది వ్యక్తులు మొండిగా జీవం పోయడానికి ప్రయత్నించడం, వదులుకోవడం లేదా కొనసాగించడం, దాని కోసం ప్రతిరోజూ బాధపడటంలాంటివి చేస్తారు. అందుకే జీవితంలో మనం కోరుకున్నదాని కోసం కష్టపడాలని ప్రజలు నమ్ముతారు. అది నిజం కాదు. జీవితంలో మనం కోరుకున్నది పొందాలంటే "ఎలా" అని గుర్తించాలని అనుకుంటే మనకు ఏది కావాలో అది ఎలా పొందాలో అనేది కాదు. ఎలా అనేది విశ్వానికి సంబంధించినది. అది నిజం. ఏది ఏమైనప్పటికీ ఇది ఉత్తమమైన సందర్భం, ఎందుకంటే జీవితంలో మీరు కోరుకున్న వాటిని పొందడానికి అనంతమైన మార్గాలు ఉన్నాయి, కాబట్టి మన చిన్న మెదడు దానిని గుర్తించడంలో నిష్ఫలమైనది.

మనం అన్నింటినీ గుర్తించడానికి ప్రయత్నించినప్పుడు మాత్రమే బాధపడతాము, కానీ మనం అలా చేయవలసిన అవసరం లేదు. మనం కోరుకున్నది వ్యక్తీకరించడానికి సరైన సమయంలో, ఏమి చేయాలో ఖచ్చితంగా చూపించడంలో సహాయపడటానికి అంతర్ దృష్టి, అంతర్గత జ్ఞానంపై ఆధారపడాలని కోరుకుంటున్నప్పుడు ఇది జరుగుతుంది. అన్నింటినీ ముందుగానే గుర్తించడానికి ప్రయత్నించాల్సిన అవసరం లేదు, మనకు కావలసినది మన మనస్సులో ఉంచుకుని, ఆలోచనారహిత స్థితికి చేరుకోవడం మన వంతు. **ఇది మన అనంతమైన మేధస్సు (దేవుడు) ని అందుకోగలదు. తద్వారా మనకు అవసరమైనప్పుడు సమాధానాలు ఖచ్చితంగా అందుతాయి.**

మనం నడక ప్రారంభించినప్పుడే ముందుకు సాగే మార్గం తెలుస్తుంది. మనకు ముందుగా చూడడానికి మార్గం మొత్తం ప్రకాశించే అవకాశం ఎప్పటికీ ఉండదు. అది విశ్వాసం యొక్క అవసరాన్ని పూర్తిగా నిరోధిస్తుంది. అందుకే ఏదైనా వ్యక్తీకరించేటప్పుడు విశ్వాసం చాలా ముఖ్యమైనది.

మనం సృష్టించాలనుకుంటున్నది మనకు వస్తుందని పూర్తి, అచంచలమైన విశ్వాసాన్ని కలిగి ఉండాలి. అది ఎలా జరుగుతుందో విశ్వసించడాన్ని పూర్తిగా విశ్వసించడం ద్వారా మాత్రమే మనం దీన్ని చేయగలము. జీవితంలో మనం కోరుకున్నది ఎల్లప్పుడూ పొందగలుగుతాము. ఇది మా టైమ్‌లైన్ ప్రకారం లేదా నేను వ్యక్తం చేయాలనుకుంటున్నట్టుగా ఉండకపోవచ్చు.

మన అంతర్ దృష్టి, అంతర్గత జ్ఞానం (దేవుడు) వాస్తవానికి మనతో అన్ని సమయాలలో మాట్లాడుతుంది. మీరు ఏమి చేయాలో ఎల్లప్పుడూ తెలుసుకునే, లోపల ఉన్న చిన్న స్వరం తెలుసా? బహుశా అది మీ ఉద్యోగాన్ని వదిలివేయడం, మిమ్మల్ని బాధపెట్టిన వ్యక్తిని క్షమించడం, ఎవరినైనా అడగడం లేదా ఎవరితోనైనా మళ్లీ కనెక్ట్ అవ్వడం వంటి దేదైనా కావచ్చు.

మీరు ఏమి చేయాలనుకుంటున్నారో, దానికోసం మీకు తెలిసిన చోటికి చేరుకోవడం గట్టి నమ్మకం ఇస్తుంది. నమ్మకం మీకు చెప్పినప్పుడు, ఎప్పుడైనా ఏదైనా చేయనందుకు బాధపడ్డారా? ఎప్పుడైనా ఏదైనా చేయాలనే ధైర్యం తో ఉన్నారా, ఎందుకు అనేదానికి తార్కికసమాధానం లేదు. కానీ ఏది ఏమైనప్పటికీ, తరువాత ఎన్నో అద్భుత విషయాలు జరిగాయి. **అది మీ అంతర్ దృష్టి.**

మన అంతర్ దృష్టి ఆలోచనల రూపంలో వస్తుంది, అయితే మునుపటి అధ్యాయంలో చర్చించినట్లుగా, ఆలోచనలు, ఆలోచించడానికి మధ్య పూర్తిగా వ్యత్యాసం ఉందని గుర్తుంచుకోండి. ఆలోచనల స్వభావం, అనుభూతి ద్వారా దైవికమైనవి. అవి ఎక్కడి నుంచో మనసుల్లోకి వస్తాయి. మరోవైపు, ఆలోచించడం అనేది మనమే సృష్టించుకునే కరదీపిక. కఠినమైన చర్య, చాలా భారంగా అనిపిస్తుంది, సాధారణంగా ప్రతికూల భావోద్వేగాలను కలిగి ఉంటుంది. మీకు అనంతమైన మేధస్సు నుండి దైవిక ఆలోచనలను కలిగి ఉన్నప్పుడు, దాని గురించి తెలుసుకోవాలనిపిస్తుంది. ఇది సత్యాన్ని కలిగి ఉంది, సరైనదని కచ్చితంగా తెలుసు. అంతర్ దృష్టి దాదాపుగా, ఎప్పుడూ తార్కికంగా లేదా హేతుబద్ధంగా అనిపించదు. కానీ అది ఊహించలేనట్లు గా ఉండకూడదనేదే మనం కోరుకునేది. ఊహించదగినది అయితే, అది అద్భుతం కాదు. విశ్వం యొక్క అనంతమైన అవకాశాలను కలిగి ఉండదు. ప్రకృతి ద్వారా సహజంగా అందుతుంది.

మీ అంతర్ దృష్టి దాదాపుగా ఎల్లప్పుడూ మీ తార్కిక, హేతుబద్ధమైన మనస్సుకు వ్యతిరేకంగా ఉంటుంది. కాబట్టి దాని కోసం సిద్ధంగా ఉండండి. కాఫీ షాప్‌లో అపరిచిత వ్యక్తితో మాట్లాడాలని మీకు అనిపిస్తుంది. అది అందమైన స్నేహానికి దారి తీస్తుంది. లేదా ఓ స్నేహితుడికి ఆకస్మికంగా కాల్ చేయమని చెప్పి, క్లిష్ట సమయంలో వున్న వారికి ఎవరి అవసరమైనా ఉందేమోనని తెలుసుకోవచ్చు. మీకు అందిన దైవ కానుక కలిసి

జీవించమని, తెలిసిన సత్యాన్నే పంచుకోమని చెబుతుంది. ప్రతి ఒక్కరూ మీరు కోరుకునే వాటిని అనుసరించడానికి బదులు, జీవితంలో నిజంగా ఏం కోరుకుంటున్నారో దానితోనే సాగమని మీకు మృదువుగా తెలియజేస్తుంది. ఇవి మీతో మాట్లాడే అనంతమైన మార్గాలకు కొన్ని ఉదాహరణలు. మీరు దానిని అనుసరించినప్పుడు, అది ఎల్లప్పుడూ మీ విచిత్రమైన ఊహలకు మించిన అద్భుతాలు, విజయాలను సృష్టిస్తుంది.

కాబట్టి ఎక్కువ మంది ప్రజలు ఏమి చేయాలో నిరంతరం తెలుసుకుంటే, దానిని అనుసరించినప్పుడల్లా అనుకున్న విజయాన్ని సాధిస్తే వారి అంతర్ దృష్టిని ఎందుకు వినరు? దానికి కారణం భయం.

మన అంతర్ దృష్టిని వినడం సులభం కాదు. చాలా కష్ట సాధ్యమైంది. ఎందుకంటే మన అంతర్ దృష్టి అజ్ఞాతంగా వుంది. మరో మాటలో చెప్పాలంటే, మన అంతర్ దృష్టి ఆధ్యాత్మికం, అనంతమైన అవకాశాల రంగంలో పనిచేస్తుంది.ఇది స్వభావరీత్యా నిగూఢమైన విషయం. మనుషులుగా మనం ఎప్పుడూ తెలియని వాటికి భయపడతాము. ఎందుకంటే ఏమి జరుగుతుందో ఊహించలేము. తెలియని వాటిలోకి అడుగుపెట్టినప్పుడు మాత్రమే జీవితం మనకు తెచ్చే అపరిమిత అవకాశాలను అనుభవించడం మొదలవుతుంది. మన అంతర్ దృష్టిని విశ్వసించినప్పుడు అద్భుతాలు జరుగుతాయి. మనం అక్షరాలా స్వచ్ఛమైన అవకాశ కేంద్రంలోకి అడుగుపెడుతున్నాము. ఈ కారణంగానే మనం ఏమి వ్యక్త పరచాలనుకుంటున్నామో, అది "ఏమిటి"అని మాత్రమే తెలుసుకోవాలి, కానీ "ఎలా" అని కాదు.

మీరు ఈ అద్భుతాల ప్రదేశంలోకి ప్రవేశించగల ఏకైక మార్గం ఆలోచనా రహితంగా వుండడం. మనం ఆలోచిస్తే, వెంటనే అక్కడ నుండి బయటకు వెళ్లి, ఆందోళన, అనిశ్చితి, బాధల స్థితిలోకి అడుగుపెడతాం.

మన ఆలోచన గతం ఆధారంగా ఏమి జరుగుతుందో అంచనా వేయడానికి ప్రయత్నిస్తుంది. అందుకే చాలా మంది ప్రజలు ఎప్పుడూ సంపాదించిన వాటినే తిరిగి ఎక్కువగా పొందుతారు. వారు తమ పరిమిత వ్యక్తిగత మనస్సును ఉపయోగించుకోవడానికి ప్రయత్నిస్తారు. వారు అంతకు ముందెన్నడూ అనుభవించనిదాన్ని సృష్టించరు. వారు ఆలోచనారహిత స్థితిలోకి ప్రవేశించడం ద్వారా, అంతర్ దృష్టిని వినడం ద్వారా, తెలియని వాటిలోకి అడుగు పెట్టాలని అమాయకత్వం తో గ్రహించలేరు. అనంతమైన

అవకాశాల రాజ్యంలో మనం ఎన్నడూ అనుభవించనిది అందే ఏకైక మార్గం, ఇంతకు ముందు వెళ్లని చోటికి వెళ్లడం వల్ల ఎప్పటికైనా సృష్టించగలం. ఇది తెలియదు.

సారాంశం ఏమిటంటే, ప్రస్తుత క్షణంలో మీరు ఏమి చేయాలో మీ అంతర్ దృష్టికి తెలుసు, కానీ దానిని అందుకోవడానికి ఏకైక మార్గం ఆలోచనారహిత స్థితికి చేరుకోవడం. మీరు అనంతమైన అవకాశాల (తెలియని) ప్రదేశంలోకి అడుగుపెట్టడం వల్ల, మీ మనస్సు ఇబ్బంది పడుతుంది. అది మీకు భయాన్ని కలిగిస్తోందని గ్రహిస్తే, భయంతో కూడిన ఆలోచన దూరమైపోతుంది. మీకు కావలసిన ధైర్యాన్ని మీ అంతర్ దృష్టి సహజంగా అందిస్తుంది. ఆ క్షణంలో మీరు నమ్మకంగా ఉండాలి. తర్వాత ఏమి జరుగుతుందో మీకు తెలియనప్పుడు కూడా మీ అంతరంగ జ్ఞానం (దేవుడు) జీవితంలో మీకు మార్గనిర్దేశం చేస్తుంది-కానీ అది సాహసం, ఆనందం. మీరు ఇప్పటికే పొందినదాన్ని జీవితంలో మీకు కావలసినది పొందడానికి తెలియనిదారితో కూడినది మాత్రమే. లేనిది పొందాలంటే చేయనిది చేయాలి. మీరు అంతర్ దృష్టి తో పని చేస్తున్నారంటే, అన్ని సమయాలలో భయాన్ని అనుభవిస్తున్నట్లు కాదు.

మీ ఆలోచన భయం చుట్టూ తిరుగుతున్నంత కాలం మాత్రమే భయం ఉంటుంది. మీరు భయాన్ని గుర్తించి, అది మాత్రమే అని అర్థం చేసుకున్న తర్వాత, ఆ భావాలను కలిగించే మీ ఆలోచన లోని భ్రమ తొలగిపోతుంది. మీరు శాంతి, ఆనందం, స్వచ్ఛమైన ప్రేమలోకి తిరిగి వస్తారు. ఇది మీరు కోరుకున్నది, ఇది మీ కోసం మీరు ఊహించగలిగే ప్రతిదాన్ని వ్యక్తీకరించడాని కన్నా ముందు అవసరమైన సానుకూల భావాలను సృష్టించడానికి మీకు అనుమతిస్తుంది.

15

అద్భుతాలకు చోటు కల్పించడం

“

ఈ రోజు నేను అద్భుతాలకు చోటు కల్పిస్తాను. అది ఎంత పెద్ద ముఖ్యమైన అద్భుతం అనేది ముఖ్యం కాదు, నేను గుర్తించాను దాని కోసం నేను ఎంత చోటు నైనా కేటాయిస్తాను అనేదే ముఖ్యం.

”

కైల్ గ్రే

జెన్ మాస్టర్, ఒక పండితుడి కథ——కొత్త అనుభవాలు, దృక్పథాలకు కోసం మీ మనసును తెరచి ఉంచండి –ఎంప్టీ యువర్ కప్

ఒకప్పుడు, ఒక తెలివైన జెన్ మాస్టర్ ఉండేవాడు. అతని సహాయం కోసం ప్రజలు చాలా దూరం నుండి వచ్చేవారు. ప్రతిస్పందనగా, అతను వారికి జ్ఞానోదయానికి మార్గం చూపే వాడు. ఒక రోజు సలహా కోసం ఒక పండితుడు,మాస్టర్‌ని సందర్శించడానికి. వచ్చి "జెన్ గురించి నేర్పించమని మిమ్మల్ని అడగడానికి వచ్చాను" అన్నాడు.

కొద్ది సమయంలోనే, పండితుడు తన స్వంత అభిప్రాయాలతో, జ్ఞానంతో నిండి ఉన్నాడని స్పష్టమైంది. అతను తన స్వంత కథలతో మాస్టర్‌ను పదేపదే అడ్డుకున్నాడు, మాస్టర్ చెప్పేది వినలేదు. జెన్ మాస్టారు ప్రశాంతంగా టీ తాగమని చెప్పాడు.

మాస్టారు మెల్లగా తన అతిథికి ఒక కప్పునిండా టీ పోశాడు. కప్పు నిండిపోయింది, అయినప్పటికీ అతను కప్పు పొంగి బల్ల మీదపడి, నేలపైకిజారి, చివరకు పండితుని వస్త్రాలపైకి వచ్చే వరకు పోస్తూనే ఉన్నాడు. పండితుడు అరిచాడు, "ఆగు! ఇప్పటికే కప్పు నిండిపోయింది. నీకు కనిపించలేదా?"

"నిజమే," జెన్ మాస్టర్ చిరునవ్వుతో "మీరు ఈ కప్పు లాంటివారు– ఇంకేమీ పట్టని ఆలోచనలతో నిండి ఉన్నారు. కాబట్టి కొత్త అనుభవాలు, దృక్పథాలకు కోసం మీ మనసులోని ఆలోచనలను ఖాళీ చేసి తిరిగి నా వద్దకు రండి." అన్నాడు.

'లేని' గురించి ఎంత రాయలన్నది విడ్డూరం. స్థలం అంటే అదే: ఏమీ లేదు. మనం విశ్వం, క్వాంటం భౌతిక శాస్త్రాన్ని అధ్యయనం చేసినప్పుడు, ప్రతిదీ శూన్యం నుండి వస్తుందని గ్రహిస్తాము. కాబట్టి, గొప్ప ఆధ్యాత్మిక గురువులు దీనిని మహా శూన్యం(గ్రేట్ నథింగ్‌నెస్) అని పిలుస్తారు. సృష్టి ఉండాలంటే ముందుగా రిక్త స్థానం ఉండాలి. మన మనస్సువిషయంలో కూడా అదే

నిజం. మీరు కొత్త ఆలోచనల తో ఏదైనా క్రొత్తదాన్ని సృష్టించాలనుకుంటే, మీరు మొదట చోటుని సృష్టించాలి, దానివల్ల మీ జీవితాన్ని మార్చగల కొత్త ఆలోచనలను స్వీకరించగలరు. టీ కప్ లాగా, మీ మనస్సు ఉంటే పూర్తిగా పాత ఆలోచనతో నిండి ఉండి, కోరుకునే మార్పును సృష్టించడానికి మీ మనస్సులోకి కొత్త ఆలోచనలు రావడం అసాధ్యం.

మనం ఈ స్థలాన్ని సృష్టించగల మార్గం ఆలోచనా రహిత స్థితిలో ఉండడమే. మనం ఆలోచించే గట్టి ప్రయత్నాలను ఆపివేసిన వెంటనే, కొత్త ఆలోచనలు, మన మనస్సులోకి ప్రవేశించగల స్థలాన్ని వెంటనే సృష్టిస్తాము. మన ప్రస్తుత ఆలోచనా విధానాన్ని సవాలు చేసే ప్రశ్నలు కూడా సృష్టించడానికి గొప్ప మార్గం మన మనస్సులో స్థలం.

శూన్యం లోనే అన్ని మహిమలు జరుగుతాయి. ఉదాహరణకు, గొప్ప అథ్లెట్‌లు అత్యంత కఠినమైన శిక్షణ తీసుకుంటారు. అయితే అత్యుత్తమ ప్రతిభను కొనసాగించడానికి వారికి విశ్రాంతి కాలం కూడా అంతే ముఖ్యమని ఉత్తమ అథ్లెట్‌లకు తెలుసు. ఈ విశ్రాంతి కాలంలోనే వారు కోలుకోవడానికి, కండరాలను దృఢపరుచుకోవడానికి, బలంగా మారడానికి వినియోగిస్తారు. విశ్రాంతి ద్వారా వారు తమ కోసం సృష్టించుకున్న ఈ సమయంలో వర్కవుట్ నుండి వారు కోరుకున్న ప్రతిదీ వ్యక్తమవుతుంది.

థామస్ ఎడిసన్ కొన్ని సవాళ్లనుఎదుర్కొన్నప్పుడు,, అతను తన రెండు చేతుల్లో ఒక్కో స్టీల్ బాల్‌ను పట్టుకుని తన కుర్చీలో నిద్రపోయేవాడు.

క్రమంగా అతను తగినంత గాఢమైన నిద్ర లోకి జారిపోయేవాడు. అప్పుడు బంతి పడిపోయి మేల్కొవటం జరిగేది. అప్పుడే ఆలోచిస్తున్నసమస్యకు పరిష్కారం మనస్సులోకి వచ్చేది. ప్రతిదీ శూన్యం నుండి వస్తుంది, కొత్త ఆలోచనలు రావడానికి అవకాశాన్ని సృష్టించే ఈ విషయాన్ని ఎడిసన్ అర్థం చేసుకున్నాడు. అతని మనస్సు తన పాత ఆలోచనా విధానంతో సమస్యలను పరిష్కరించడానికి ప్రయత్నం చేయడానికి బదులు. తన పాత ఆలోచన తన సవాళ్లకు పరిష్కారం ఇవ్వదని అర్థం చేసుకున్నాడు.

"మనం సమస్యలను సృష్టించినప్పుడు మనం వున్న స్థాయి స్పృహను ఉపయోగించడం ద్వారా వాటిని పరిష్కరించలేము."

— ఆల్బర్ట్ ఐన్ స్టైన్

ఐన్ స్టైన్ ఎడిసన్ లాగానే విభిన్నమైన చమత్కారమైన, సమస్యాత్మకమైన ప్రవర్తనలను కలిగి ఉన్నాడు, అయితే స్థలాన్ని సృష్టించడంపై ఇదే విధమైన అవగాహనకలిగి ఉన్నాడు. ఐన్ స్టైన్ కష్టమైన సమస్యలో చిక్కుకున్నప్పుడు, దానిపై పనిచేయడం మానేసి వయోలిన్ వాయించేవాడు. అతను వాయిస్తున్నప్పుడు, ఎక్కడా కనిపించని సమాధానం వచ్చేది. అతని సమస్యకు పరిష్కారం దొరికేది. ఐన్ స్టైన్ ఆలోచన రహిత స్థితి ద్వారా తన మనస్సులో ఖాళీని సృష్టించి విశ్వం నుండి డౌన్‌లోడ్‌లను అందుకున్నాడు.

మనం అన్నింటినీ గుర్తించడానికి ప్రయత్నించాల్సిన అవసరం లేదు. మనం మేధావులుగా భావించే వ్యక్తులు కూడా ప్రపంచంలోని గొప్ప ఆవిష్కరణలు చేస్తున్నప్పుడు కష్టపడలేదు, కృషి చేయలేదు, కాబట్టి మనం ఏమి చేయాలి అని ఎందుకు ఆలోచించడం? మనం వారి కంటే భిన్నంగా లేము, అందరూ ఒకే మూలానికి అనుసంధానించబడి ఉన్నాము. సరైన అవగాహనతో, మనం ఎదుర్కొంటున్న ఏ సవాలుకైనా సమాధానాలను కూడా అందుకోవచ్చు.

మనం ఎదుర్కొంటున్న ఏ సవాలుకైనా అంతర్దృష్టులను కూడా అందుకోవచ్చు. మనం ఎప్పుడూ ఒక ఆలోచన, ఒక అంతర్దృష్టి, మాత్రమే కాకుండా పూర్తిగా భిన్నమైన జీవితాన్ని దూరంగా గడుపుతున్నాము.

మీరు సవాలును ఎదుర్కొన్నప్పుడు దైవిక డౌన్‌లోడ్‌లను స్వీకరించే ప్రక్రియ ఇక్కడ ఉంది:

1. మీ ఆలోచనే అన్ని ప్రతికూల భావోద్వేగాలకు మూలకారణమని తెలుసుకోండి.
2. మనస్సు నుండి ఏదైనా ఆలోచనను వదిలేయడం ద్వారా ఖాళీని సృష్టించండి, మీ అంతర్గత జ్ఞానం (దేవుడు/విశ్వం/ అనంతమైన మేధస్సు) మీకు సమాధానం ఇస్తుందని పూర్తి విశ్వాసం కలిగి ఉండండి. మీకు సమాధానం ఎలా, ఎప్పుడు వస్తుంది అనే ప్రశ్నలను కూడా వదిలిపెట్టండి.
3. మీరు దేవుడికి/విశ్వానికి లొంగిపోయినప్పుడు ఉత్పన్నమయ్యే ఏవైనా భావాల గురించి తెలుసుకోండి. ఆ ప్రేమ, శాంతి, ఆనందం యొక్క భావాలను పెంచుకోండి. మీరు ఎదుర్కొంటున్న వాటిని ప్రేమతో కలవండి, సమాధానం మీకు వస్తుంది.

ఇది మరీ సులభంగా అనిపిస్తే, అది మంచి విషయం. నిజం ఎల్లప్పుడూ సులభం. ఇది చాలా సులభం అయినప్పటికీ, ఇది ఎల్లప్పుడూతేలిక కాదు, గొప్ప ఆధ్యాత్మిక గురువులు కూడా కొన్నిసార్లు కష్టపడతారు. ఇది ముఖ్యమైనది. ఎందుకంటే మనం ఆలోచనలో చిక్కుకున్నప్పుడు కాదు (ఎందుకంటే ఇది అనివార్యం), ఆలోచిస్తున్నప్పుడు మనం ఏమి చేస్తాము. ఏమనుకుంటున్నామో అది మాత్రమే మనం అనుభూతి చెందగలమని, మన బాధలన్నింటికీ ఆ ఆలోచనే మూలకారణమని నిరంతరం గుర్తుంచుకున్నంత కాలం, మీరు స్వేచ్ఛగా ఉంటారు.

16

మీరు ఆలోచించకుండా జీవించడం ప్రారంభించినప్పుడు ఏం జరుగుతుంది (సంభావ్య అడ్డంకులు)

“

ఇతరుల ప్రవర్తన మీ అంతర్గత శాంతిని నాశనం చేయనివ్వకండి.

”

దలై లామా

మీరు ఆలోచనారహిత స్థితిలో ఉన్నప్పుడు, తప్పనిసరిగా దారిలో కొన్ని అడ్డంకులు రావచ్చు, కాబట్టి వాటిని ఎదుర్కొనే ముందు ఆ సంభావ్య సమస్యలలో కొన్నింటిని తెలియజేయాలనుకుంటున్నాను.దానివల్ల ఇది మీకు కొంచెం సులభం అవుతుంది.

మీరు మీ జీవితాన్ని ఆలోచించకుండా జీవించడం ప్రారంభించిన తర్వాత, మీ జీవితంలో చాలా చింతలు, ఒత్తిడి లేదా సమస్యలు లేకుండా గడపవచ్చు. వాటిలో ఎన్నో మీ కళ్ళ ముందు అదృశ్యమవుతాయి. ఎందుకంటే మీకు వీలయితే విషయాలను ఇకపై సమస్యలుగా చూడకండి, అవి మీకు సమస్యగా మారడం ఆగిపోతుంది. మీరు గమనించే విషయం ఏమిటంటే, ఇంతకు ముందు మీ జీవితంలో ఈ రకమైన శాంతి, ప్రశాంతతను అనుభవించలేదు. అది తెలియని అనుభూతి చెందుతుంది.

మానవులుగా, మనకు తెలియని వాటిని జీవశాస్త్రపరంగా ఇష్టపడము, ఎందుకంటే ఇది అనిశ్చిత మైనది. హాస్యాస్పదమైన విషయం ఏమిటంటే, చాలా మంది ప్రజలు ఏదో తప్పు జరిగిందని భావిస్తారు. ఎందుకంటే, రోజులో ఎక్కువ భాగం సంతోషంగా, ప్రశాంతంగా ఉంటారు. చాలా మంది తాము ఉత్పాదికత ని అందించ లేకపోతున్నామని, తమ “శక్తిని” కోల్పోయామని, సోమరిగా ఉన్నామని భావిస్తారు. ఇది సత్యానికి దూరంగా ఉంది, అది అనుభూతి చెందాలనుకునే “భద్రత” అనే భ్రమను సృష్టించేందుకు మీ మెదడు మళ్లీ ఆలోచించడానికి ప్రయత్నం చేస్తోంది. నిజం ఏమిటంటే, మనం సంతోషంగా ఉన్నప్పుడు, ఆలోచన రహిత స్థితిలో ఉన్నప్పుడు మానవులుగా చాలా ఉత్పాదకత కలిగి ఉంటాము. మనం స్వచ్ఛమైన ఆనందంలో ఉన్నప్పుడు సమయం ఎగురుతున్నట్లు అనిపిస్తుంది. పనులు సులువుగా అవుతాయి. మనం మెరుగ్గా పని చేస్తాము, ప్రజలు మనవైపు ఆకర్షితులవుతారు, మరింత గొప్పగా ఆకర్షిస్తాము, ఎక్కడనుండో అద్భుతాలు జరగడం ప్రారంభిస్తాయి.

మీరు ఎక్కువసేపు ఆలోచించని స్థితిలో ఉండవలసి ఉంటుంది. విషయాలను అనుభవించడానికే సరిపోతే ఎప్పటికీ చేయలేరు.

ఇలాంటప్పుడు విశ్వాసం అత్యంత ప్రాముఖ్యమైనదిగా మారుతుంది- విషయాలు సక్రమంగా జరుగుతాయని విశ్వాసం కలిగి ఉండండి. విశ్వం మీ కోసం పనిచేస్తోందని, వ్యతిరేకంగా కాదని తెలుసుకోండి. ప్రతిదీ ఒక కారణంతో జరుగుతుందని, జీవితంలో వైఫల్యాలు లేవని, మనం ఎదగడానికి పాఠాలు, అవకాశాలు మాత్రమే ఉన్నాయని తెలుసుకోండి. మనకు తెలియని వాటిపై విశ్వాసం ఉండాలి, ఎందుకంటే మనం గడుపుతున్న జీవితం కంటే ఏదైనా భిన్నంగా ఉండే అవకాశం ఉన్న ఏకైక ప్రదేశం అది. మీ జీవితం కోసం ఎప్పుడైనా కోరుకునే ప్రతిదాంట్లో అన్ని అవకాశాలు ఎక్కడ ఉన్నాయో తెలియనిది. మీకు తెలియని స్థితిలోకి దూసుకెళ్లే ధైర్యం, ఇకపై భయపడకుండా ఉంటే, మీ జీవితం మారి తీరుతుంది.

మీరు చాలా ప్రశాంతంగా, సంతృప్తిగా ఉండడాన్ని, ఏదో తప్పుగా భావిస్తే, అది మీ మనస్సు మళ్లీ ఆలోచించేలా చేస్తోందని తెలుసుకోండి. మీ మనస్సు గొప్ప అమ్మకందారుగా, మిమ్మల్ని విధ్వంసక చక్రానికి తిరిగి తీసుకురావడానికి ఏమి చెప్పాలో ఎలా చెప్పాలోఅని ఆలోచిస్తోంది. ఈ క్షణంలో మీకు తెలియని వాటిపై విశ్వాసం ఉంచి, ఆనందం, శాంతి, ప్రేమ భావాలతో ఉండేందుకు లేదా సుపరిచితమైన బాధ, మానసిక వేదనల పాత అలంకారాలకు తిరిగి వెళ్లే అవకాశం ఉంది. తెలియని పరిస్థితుల్లో మనం స్వేచ్ఛగా, సంతోషంగా ఉండడాన్ని ఎంచుకోవచ్చు లేదా తెలుస్తున్న దానిలోనే పరిమితంగా ఉండి బాధ పడాలి.

మీరు తిరిగి ఆలోచనలో పడినట్లయితే, పూర్తిగా ఫర్వాలేదు. దాని గురించి మిమ్మల్ని మీరు నిందించుకోకండి. అలా జరిగిందని గిల్టీగా ఫీల్ అవ్వకండి. మిమ్మల్ని మీరు శిక్షించు కోవలసిన అవసరం లేదు. ఎందుకంటే అది ఆలోచనను మాత్రమే శాశ్వతం చేస్తుంది అని తెలుసుకోండి.

ఒకసారి మీరు మిమ్మల్ని మీరు పట్టుకుని, మీ ఆలోచనే మీ బాధలకు కారణమవుతోందని గ్రహిస్తే, మిమ్మల్ని మళ్లీ శాంతి, ఆనందం, ప్రేమ స్థితికి తీసుకురావడానికి చేయాల్సిందల్లా. మీరు అనుమతిస్తే పరివర్తన బాధ లేకుండా, అప్రయత్నంగా జరుగుతుంది.

17

ఇప్పుడు ఏమిటి?

“

అంతా అయిపోయిందని నమ్మే సమయం వస్తుంది.
అదే ప్రారంభం అవుతుంది

”

లూయిస్ ఎల్’ అమోర్

ఇది పుస్తకం ముగింపు అయినప్పటికీ, మీకు కొత్త జీవితానికి నాంది. శాంతి, ప్రేమ, ఆనందం నుండి దూరంగా ఉంచే ఒకే ఒక్క ఆలోచన మాత్రమే – అది ఆలోచనా రహిత స్థితి నుండి వస్తుంది. దీన్ని గుర్తుంచుకోండి, ఇది మీ హృదయానికి దగ్గరగా ఉంటుంది. ఎందుకంటే జీవితం అనివార్యంగా కష్టతరమైనప్పుడు మీకు కావాల్సిన ఆశ ఇదే. మీరు ఈ పుస్తకాన్ని చదవడానికి ముందు ఉన్న వ్యక్తిగా ఉండరని మీకు మాట ఇస్తున్నాను. మీరు ఈ పుస్తకాన్ని తెరచి చదవడం ప్రారంభించినట్లయితే మార్పుకి సిద్ధంగా ఉండండి, మీరు జీవితాన్ని చూసే విధానాన్ని పూర్తిగా మార్చేసే జ్ఞాన గుళికలని మీరు అందుకున్నారు. మీరు ఇంతకు ముందు ఉన్న వ్యక్తి కాదు. మీరు అంతర్దృష్టితో క్రొత్తవిషయాన్ని చూసిన తర్వాత, ఇకవదిలి పెట్టలేరు. మీ ఎరుక విస్తరించిన తర్వాత, అది మళ్లీ తగ్గదు. అప్పుడప్పుడు మర్చిపోవచ్చు. మళ్లీ ఆలోచించడం ప్రారంభిస్తే, మనల్ని మనం బాధపెట్టుకుంటాము. అది గుర్తు వచ్చిన వెంటనే, జీవితం పట్ల ఎప్పటికప్పుడు విస్తరిస్తున్న అవగాహన అని గ్రహిస్తాము. వెను వెంటనే, ప్రేమని, శాంతిని, ఆనందాన్ని పొందుతాము.

ఇది చాలా తేలిక అని, అంతా అలా జరగదని అనిపిస్తే, అది మీ మనస్సు మిమ్మల్ని మళ్ళీ ఆలోచించేలా చేస్తుంది. సత్యం సరళమైనది. ఎల్లప్పుడూ ఉంటుంది. ఏదైనా సంక్లిష్టంగా, అస్పష్టంగా, ఉండే ఏదైనా సత్యానికి మరింత దూరం చేస్తుంది. సత్యం అనేది మీరు ఆలోచించే విషయం కాదు. మీకు తెలిసిన, ఆత్మలో అనుభూతి చెందే విషయం. ఇవన్నీ తెలిశాక, మీలో ఉన్న అంతరాత్మ అందించే జ్ఞానాన్ని ఆలకించండి. అది మీకు మార్గనిర్దేశం చేస్తుంది. ఆత్మ మాట విన్నప్పుడే ఎంతో సంతృప్తి కలుగుతుంది. మనకి సరిపోదని, ఏదో కోల్పోతున్నామని, కావాల్సినవన్నీ లేవని ప్రపంచం నిరంతరం ప్రచారం చేస్తూనే ఉంటుంది. ప్రజలు నిరంతరం వారి స్వంత అభిప్రాయాలు, తీర్పులు, సలహాలతో మిమ్మల్ని ముంచెత్తుతారు. అలాంటివారు అమాయకంగా వారి ఆలోచనల్లో చిక్కుకున్నారని తెలుసుకోండి. అలాగే మీపట్ల శ్రద్ధ వహించిన వారికి

కృతజ్ఞతలు తెలియజేయండి, కానీ మీకు అవన్ని అవసరం అనే భ్రమలో పడకండి. మీరు కోరుకునే, మీకు అవసరమైన ప్రతిదీ మీలో ఉంది. మీరు కోరుకున్న ప్రేమ, ఆనందం, శాంతి, పరిపూర్ణత అన్నీ ఇప్పటికే ఉన్నాయి. ఆ వాస్తవాన్ని మరచిపోయి ఆలోచనల్లో చిక్కుకున్నప్పుడు మాత్రమే అది మనకు కనిపించదు.

ఈ స్వచ్ఛమైన శాంతి స్థితిలో జీవించడం కొనసాగించండి. అలాగే మీ మనస్సులో తలెత్తే ఏ ఆలోచననైనా విడిచిపెట్టండి. మీరు ఈ స్థితిలో ఎక్కువసేపు ఉంటే, మీ జీవితంలో మరిన్ని అద్భుతాలు వస్తాయి. మీరు కలుసుకునే ప్రతి వారితో ఈ విషయాన్ని పంచుకోవలసిన అవసరం కూడా లేదు ఎందుకంటే, వారే మీలో పూర్తిగా మార్పుని గమనిస్తారు. మీరు ఉత్సాహంగా, చైతన్యవంతంగా, స్వచ్ఛమైన ప్రేమ, ఆనందాన్ని వెదజల్లుతారు – ఆ మార్పు ఎందుకు జరిగింది, ఎలాజరిగింది అని అడగడం ప్రారంభిస్తారు. మానసిక వేదనను ఎలా ఆపాలో, శాంతి, ప్రేమ, ఆనందం స్థితిని ఎలా పొందాలో, మీకు తెలుసు. ఇది మీకు ఎల్లప్పుడూ అందుబాటులో ఉంటుంది. ఇది తెలుసుకొని ఉండటం యొక్క ఆనందాన్ని అనుభవించడానికి మంచి అవకాశం ఉంది. మీరు ఈ పుస్తకాన్ని చదవడం, మాతోకలిసి ప్రయాణాన్ని పంచుకోగలగడం ఖచ్చితంగా యాదృచ్ఛికంగా జరిగినది కాదు. ప్రస్తుతం మనం ఇక్కడ కలిసి ఉండడానికి, జరగిన దైవసంకల్పం గురించి ఎప్పుడూ ఆశ్చర్యపోతుంటాను. జీవితం అని పిలిచే ఈ అనంతమైన అందమైన అనుభవం ద్వారా మార్గనిర్దేశం చేయడానికి మీరు నన్ను అనుమతించడం నిజంగా నా అదృష్టమని సవినయంగా తెలియజేస్తున్నాను.

ఈ అధ్యాయాన్ని ముగించే ముందు, ఒక చిన్న సహాయం కోరుతున్నాను. మీరు ఈ పుస్తకం మీకు సహాయకరంగా లేదా అంతర్దృష్టితో ఉన్నట్లు అనిపిస్తే, అమెజాన్‌లో ఈ పుస్తకం గురించి సమీక్షించడానికి 60 సెకన్ల సమయం తీసుకుంటే అదే అపురూపమైన గౌరవం. మీ ఆలోచనలు, అంతర్దృష్టులు, ఫీడ్‌బ్యాక్, వ్యక్తిగత ప్రయాణం, మధ్యలో ఉన్న ప్రతిదీ వినడానికి నేను నిజంగా ఇష్టపడతాను. మీరు సమీక్షలో పంచుకునే కొన్ని పదాలు, మీ సమాధానాల కోసం వెతుకుతున్న చాలా మందికి ఈ సందేశాన్ని వ్యాప్తి చేయడంలో సహాయపడతాయి, ఇది ఒకరి జీవితాన్ని మారుస్తుంది

(ఎందుకంటే ఇంతకు ముందు అమెజాన్ సమీక్షలను చదవని వారు ఎవరైనా కొంటారు, నిజమేగా?)

నాతో ఇంకా కనెక్ట్ అవ్వడానికి ఆసక్తి ఉన్న ఎవరికైనా, hello@josephnguyen.orgలో మీ నుండి వినడానికి నేను ఇష్టపడతాను. ఇతరుల కథలను వినడం నాకు చాలా ఎంతో ఆనందాన్ని కలిగిస్తుంది. కాబట్టి నాతోకలిసి పని చేయాలనుకునే వారి కోసం నా ఇన్‌బాక్స్‌ని తెరిచి ఉంచుతాను. మీ సమాధానం కోసం ఎదురు చూస్తుంటాను.

ప్రేమ, వెలుగుతో

జోసెఫ్

పి.ఎస్. తదుపరి కొన్ని పేజీలలో, ఈ పుస్తకంలో ప్రస్తావించబడిన వాటిలో చాలా వరకు అమలు చేయడంలో మీకు సహాయపడే సారాంశం, మార్గదర్శకాలు ఉంటాయి.

మీరు స్ఫూర్తి పొందారని, నా నుండి మరిన్ని కావాలనుకుంటే, మీ ప్రయాణంలో మీకు సహాయం చేయడానికి వీడియోలు, వర్క్‌షీట్‌లు, జర్నల్‌లు అందుబాటులో ఉన్న నా వెబ్‌సైట్ (www.josephnguyen.org)ని సందర్శించమని మిమ్మల్ని ఆహ్వానిస్తున్నాను. ఏదైనా కొత్త పుస్తకం విడుదలైనప్పుడు వెబ్‌సైట్‌లో కూడా ప్రకటించబడుతుంది.

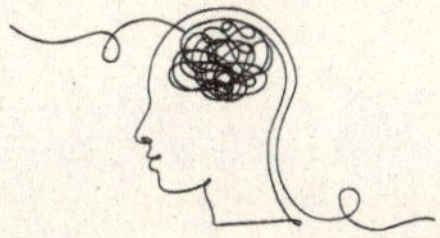

ఆలోచించకపోవడం అనే దాని సారాంశం

- ఆలోచనే అన్ని బాధలకు మూల కారణం.
- మన స్వంత ఆలోచనల నుండి వచ్చిన ప్రతికూల భావోద్వేగాలను ఎందుకు అనుభవిస్తాము అనేదానికి సమాధానం లేదు. సమస్యకి పరిష్కారాన్ని చాలా సులభతరం చేసే ఆలోచనతో ప్రతిదీ గుర్తించవచ్చు. మన ఆలోచన ఎలా అనిపిస్తుందో గ్రహించిన తర్వాత, దానిని విడిచిపెట్టి, శాంతి, ప్రేమ, సంతోషంతో కూడిన సహజ స్థితికి తిరిగి రావచ్చు. మన ఆలోచనను విడిచిపెట్టినప్పుడు, అది మనం అనుభూతి చెందాలనుకునే అన్ని సానుకూల భావోద్వేగాలను అనుమతించగలిగే స్థితిని సృష్టిస్తుంది.
- మనం వాస్తవంలో జీవించడం లేదు. మన ఆలోచన ద్వారా సృష్టించబడిన వాస్తవికత యొక్క అవగాహనలో జీవిస్తున్నాము.
- ఆలోచన అనేది మన అనుభవాల ప్రభావం కాదు, దానికి కారణం మైనది.
- మన మనసులోని ఆలోచనలు వాస్తవాలు కావు.
- మన ఆలోచనను విశ్వసిస్తేనే మనపై నియంత్రణ ఉంటుంది. బాధలను విడనాడాలనే ఆలోచన విడనాడాలి.
- మన భావాలు, అవగాహన లేకపోయినా లేదా సత్యం యొక్క సంపూర్ణ స్పష్టత ఉందా లేదా అనే విషయాన్ని తెలియజేయడానికి ఒక సహజమైన అంతర్గత మార్గదర్శక వ్యవస్థ. సత్యాన్ని గురించి అవగాహనను మరింతగా పెంచుకోవడానికి భావాలు స్వాగతించాలి.
- మనం ఆలోచించనప్పుడు జీవన ప్రవాహంలో ఉంటాము.
- మనం ఆలోచించనప్పుడు, విశ్వానికి, జీవితానికి మధ్య ఎటువంటి విభజన లేదు. మూలం నుండి మనల్ని మనం కత్తిరించుకుని, అన్ని విషయాల నుండి విడిపోయామని భావించినప్పుడు మాత్రమే అహం పుడుతుంది. వ్యక్తం అవుతుంటుంది

- ఆలోచించడం, ఆలోచనలు రెండు వేర్వేరు విషయాలు. ఆలోచించడం అనేది ఒక క్రియ, మానవ మాత్ర ప్రయత్నం అవసరం. ఇది బాధను కలిగిస్తుంది. ఆలోచనలు నామవాచకాలు, అవి మన నుండి రావు, విశ్వం నుండి దైవికంగా డౌన్‌లోడ్ అయ్యేవి.
- మనుగడ కోసం జీవసంబంధమైన ప్రతిస్పందన తప్పదు కాబట్టి మనం ఆలోచిస్తున్నాం. మన మనస్సు మనల్ని బ్రతికించటానికి ప్రయత్నిస్తుంది కాబట్టి మాత్రమే ఆలోచిస్తుంది. కానీ అది మనం అభివృద్ధి చెందడానికి సహాయం చేయదు. ఇది మన భద్రత, మనుగడకు మాత్రమే సంబంధించినది, మన ఆశయాలు నెరవేర్చుకోవటం కోసం కాదు. మనలో ప్రతికూల భావాలను కలిగించడం ద్వారా ఆలోచించడం, అంతర్వాణిని అనుసరించకుండా నిరోధించడం ద్వారా మనల్ని ఉన్నత స్థాయికి దూరం చేస్తుంది.
- మన మనస్సు మన వ్యక్తిగత అనుభవాలకే పరిమితమై ఉంటుంది. మీరు మీ స్వీయ సామర్థ్యాలకు మించిన అంతర్దృష్టులు, సృజనాత్మకత, జ్ఞానాన్ని పొందాలనుకుంటే, మీ పరిమిత మనస్సు విడిచి అనంతమైన మేధస్సును వినడానికి సిద్ధం కండి. మనం అనుమతించినట్లయితే, ఈ అనంతమైన సత్యం ఎల్లప్పుడూ అందరికీ అందుబాటులో ఉంటుంది.
- యూనివర్సల్ ఇంటెలిజెన్స్/మైండ్ అనేది ఈ విశ్వంలోని ప్రతిదానికీ ఉన్న శక్తి. రూపానికి ముందు ఉన్న ప్రతిదీ ఎక్కడ నుండి వస్తుంది అనేదానికి మూలం. మనం దానితో రూపొందించబడ్డాము. ఈ శక్తికి ఒక అనుభూతి ఉంది. అది ప్రేమ, శాంతి, ఆనందం, అనుబంధం, శ్రేయస్సు లను అందిస్తుంది. మనం మన ఆలోచనను విడిచిపెట్టినప్పుడు, అది మన సహజ స్థితి అయినప్పుడు మనం తిరిగి దానిలోకే చేరుతాం.
- మనమందరం ఎల్లప్పుడూ అనంతమైన మేధస్సు యొక్క ఒకే మూలానికి అనుసంధానించబడి ఉన్నందున, ఒకసారి మనం మన ఆలోచనలను విడిచిపెట్టినట్లయితే, కొత్త ఆలోచనలు, అంతర్దృష్టులను మనం ఇంతకు ముందెన్నడూ అనుభవించనప్పటికీ వాటిని అందుకునే ప్రయత్నం చేస్తాము. మన అంతర్ దృష్టిని, ఈ అనంతమైన మేధస్సును ఎంత ఎక్కువగా విశ్వసిస్తామో, అంతగా అంతర్దృష్టులు మనకు ఎల్లప్పుడూ అందుబాటులో ఉంటాయి.

- శాంతి, ప్రేమ, ఆనందం, అన్ని సానుకూల భావోద్వేగాలు, మానవులుగా మన సహజ స్థితిగా ఉంటాయి. మనం ఆలోచించడం ప్రారంభించినప్పుడే, ఆ సహజ స్థితి నుండి బయటపడతాము. ఒకసారి మనం మన ఆలోచనను విడిచిపెడితే, సహజ స్థితికి చేరుకుని అన్ని సానుకూల భావాలను అప్రయత్నంగా పొందగలుగుతాం.
- మన స్పృహను విస్తరింపజేయడానికి, ఎల్లవేళలా ప్రేమ యొక్క లోతైన అనుభూతిని అనుభవించడానికి ఎప్పుడూ ఆలోచించని స్థితి లో వున్న అంతర్దృష్టికి/అవగాహనకి దూరంలో ఉంటాము.
- స్పష్టత అనేది మన మనస్సు యొక్క స్వభావం, మన సహజ స్థితి. మనం ఆలోచనల్లో చిక్కుకున్నప్పుడు మాత్రమే విషయాలు అలా అనిపించవు. మన ఆలోచనను విడిచిపెట్టినట్లయితే, శాంతి, ప్రేమ, ఆనందం, ప్రశాంతమైన మనస్సు యొక్క సహజ నివాస స్థితికి తిరిగి వస్తాము.
- విశ్వంలో ఎవరికైనా లేదా దేనితోనైనా సహజంగా ఉండడంలో తప్పు ఏమీ లేదు, కానీ మన ఆలోచన అలా ఆలోచించేలా చేస్తుంది. మీరు విచ్ఛిన్నం కాకపోయినందుకు స్థిరంగా ఉండవలసిన అవసరం లేదు.
- మీరు గ్రహించవలసినది, గుర్తుంచుకోవలసినది మాత్రమే ఉంది, ఆలోచనే బాధలకు మూల కారణం. మీ ఆలోచన గురించి మీరు ఏమీ చేయనవసరం లేదు. మీరు చేయాల్సిందల్లా మీ ఆలోచనా అవగాహనను మార్చడం, దానివల్ల మీరు ఎవరు అనే సత్యంలోకి తిరిగి వస్తారు. మీ ఆలోచన, మీకు తెలుసని అనుకునే ప్రతిదానికీ మించినది. మీరు అనంతమైన మేధస్సులో భాగమైపోతారు. ఇది మీ నిజమైన స్వభావం కాబట్టి ఎల్లప్పుడూ అందుబాటులో ఉండే ప్రేమని, శాంతిని, ఆనందాన్ని అనంతంగా అనుభూతి చెందడానికి మీకు అనుమతిస్తుంది.
- మీరు అంతులేని మేధాశక్తి కోసం చోటుని ఏర్పాటు చేసినప్పుడు, అది మీ కోసం తనలో చోటు చూపిస్తుంది. మీరు దానిని ఎంత ఎక్కువగా విశ్వసిస్తే, అది మిమ్మల్ని అంత ఎక్కువగా విశ్వసిస్తుంది. అనంతమైనది. మీరు దాని కోసం ఎంతైనా చోటుని కల్పించవచ్చు. మీ జీవితంలో, మీ మనస్సులో అనంతమైన మేధస్సు రావడానికి ప్రాధాన్యతనిస్తే, మీ జీవితం మారుతుంది.

ఆలోచించడం ఆపడానికి ఒక దిక్సూచి

- మిమ్మల్ని ఎక్కువగా ఆలోచించేలా చేసే విషయాలను తొలగించండి (మీరు ఘర్షణ పడేట్లు చేసే అంశాలు).
- మీ జీవితంలో మీకు స్ఫూర్తిని కలిగించని లేదా మిమ్మల్ని ఉత్తేజపరచని అనేక విషయాలు, చర్యలను తొలగించండి.
- మిమ్మల్ని ఆలోచించని స్థితిలో ఉంచడంలో సహాయపడే వాతావరణాన్ని సృష్టించండి.
- మీ రోజును శాంతియుతంగా, ఆలోచించని స్థితిలో ప్రారంభించడంలో మీకు సహాయపడటానికి ఉదయం యాక్టివేషన్ ఆచారాన్ని సృష్టించండి. జీవితంలో నావిగేట్ చేయడంలో మీకు సహాయం చేయడానికి అనంతమైన మేధస్సు నుండి అంతర్దృష్టులను పొందడానికి ఈ చోటుని ఉపయోగించండి.
- ఒత్తిడిని దూరం చేయడానికి, విశ్రాంతి తీసుకోవడానికి, ఆలోచించని స్థితికి తిరిగి రావడానికి దైనందిన చర్యలో చోటు సృష్టించండి. దీన్ని సాధించడంలో మీకు సహాయపడే రోజులో చేయగలిగే పనులను వ్రాయండి. అంటే డైరీ రాయడం, నడవడం, ధ్యానం చేయడం, మీ పెంపుడు జంతువులతో ఆడుకోవడం, నిద్రపోవడం, యోగా చేయడం లేదా ఏదైనా విశ్రాంతి తీసుకోవడం కావచ్చు.

ఆలోచనను ఎలా ఆపాలి అనే దాని కోసం అనువైన చట్రం

1. ఆలోచించడం అన్ని బాధలకు మూలమని గ్రహించండి (ఆలోచన యొక్క నిజమైన స్వభావాన్ని అర్థం చేసుకోండి).
    - మీరు బాధపడుతుంటే, మీరు ఆలోచిస్తున్నారని గ్రహించండి.
    - ఆలోచించటానికి, ఆలోచనల మధ్య వ్యత్యాసాన్ని గ్రహించండి.
    - మూల కారణాన్ని కనుగొనడానికి ప్రయత్నించవద్దు; ఆలోచనే మూలకారణం.
2. ప్రతికూల ఆలోచనలను కొనసాగించడానికి ఒక స్థలాన్ని సృష్టించండి.
    - వాటిని అక్కడ ఉండడానికి అనుమతించండి, అవి ఏమిటో గుర్తించండి.

- మీరు అనుభూతులు కలిగి ఉన్న పవిత్ర స్థలం అని అర్థం చేసుకోండి కానీ మీరే అనుభూతులు కాదు.
- మీ ఆలోచనతో ఒంటరిగా ఉండటానికి భయపడకండి. అది మీ ఎరుకలో ఉండేలా ధైర్యంగా ఉండండి. దానిని స్వాగతించండి. గమనించండి. ఆలోచించడం కేవలం అంగీకరించబడాలని కోరుకుంటుంది.
- మీరు ప్రతికూల ఆలోచనలను విశ్వసిస్తేనే వాటికి మీపై అధికారం ఉంటుందని గ్రహించండి.
- మీరు వాటిని మీ ఎరుకలో ఉండేలా అనుమతించినా, భావాలను ప్రతిఘటించకపోతే, వాటిని దాటి చూస్తే వాటి వెనక ఉన్న నిజాన్ని గ్రహించగలుగుతారు.
- ప్రతి అనుభూతిలో సత్యం యొక్క విత్తనం ఉంటుంది. అది మీ అవగాహనను మరింతగా పెంచడంలో సహాయపడుతుంది. జీవితాన్ని మరింత పూర్తిగా అనుభవించడానికి మిమ్మల్ని అనుమతిస్తుంది.

3. మీరు ఆలోచనను అంగీకరించిన తర్వాత, అన్నింటినీ కనుమరుగయ్యేలా వదిలేయండి. దేనితోనూ కట్టుబడకుండా ఉండండి. శాంతి, ప్రేమ, ఆనందం వంటి సహజమైన సానుకూల భావోద్వేగాలు తలెత్తుతాయి. ఆనందించండి. ప్రతికూల భావన ఇప్పటికీ కొనసాగితే, మొదటి దశకు తిరిగి వెళ్లి, కొంత శాంతిని పొందగలిగే వరకు పునరావృతం చేయండి.

సంభావ్య అడ్డంకులు

1. మీరు ఎక్కడ ఉన్నారో అదే మిమ్మల్ని అక్కడకి తీసుకువచ్చిందని భావించడం వలన ఆలోచనను వదిలివేయకూడదనుకుంటారు.
    - ఇది నిజం అయితే, మిమ్మల్ని ఇక్కడకు చేర్చినది అక్కడికి చేర్చదని మీరు తప్పక గ్రహించాలి. మీరు బాధ యొక్క దుర్మార్గపు చక్రాన్ని విచ్ఛిన్నం చేయాలనుకుంటే, అవే స్వీయ-విధ్వంసక నమూనాలు మీ జీవితంలో పునరావృతమవుతాయి. మీరు వేరే ఏదైనా చేయవలసి ఉంటుంది. మతిస్థిమితం లేని పనిని పదే పదే చేస్తోంది, కానీ భిన్నమైన ఫలితాన్ని ఆశిస్తున్నారు. అసలు ప్రశ్న ఏమిటంటే, మీరు సంతోషంగా ఉండాలనుకుంటున్నారా లేదా? మీ బాధలన్నింటికీ ఆలోచనే మూలకారణమని మీరు అర్థం చేసుకుంటే, ఇకపై సంతోషంగా ఉండకూడదనుకుంటే, మీరు విశ్వాసం అనే ఊపుతో ఆలోచనారహిత మనే తీరాన్ని చేర గలుగుతారు.
2. తగినంత విశ్వాసం లేదు.
    - ప్రతిరోజూ ఆనందం, శాంతి, ప్రేమతో నిండిన జీవితం ఉండాలంటే, ముందుగా మీరు నమ్మాలి. అది సాధ్యమే. ఈ మొత్తం సమయం (విశ్వం/దేవుడు) వాటిని జాగ్రత్తగా చూసుకుంటున్న ప్రాణశక్తి దానిలో భాగమని కూడా నమ్మాలి. పూర్తిగా అర్థం చేసుకోలేక మనకంటే చాలా పెద్దదానిపై నమ్మకం కలిగి ఉండటం, మన పరిమిత మనస్సులతో భౌతిక ప్రయత్నాలకు లొంగిపోయే ఏకైక మార్గం, ప్రతిదాని కోసం చింతించకుండా జీవితంలో సంపూర్ణ శాంతిని అనుభవించడం.
3. భయం.
    - విశ్వాన్ని విశ్వసించేటప్పుడు భయం అనేది పూర్తిగా సాధారణ భావోద్వేగం. విశ్వం కూడా మనకి తెలియని విషయమే. భయం అనేది మనకు ఏదైనా చాలా ముఖ్యమైనదని సూచిస్తుంది. కాబట్టి ఇది గొప్ప సంకేతం. మనం కోరుకునే ప్రతిదీ భయం యొక్క మరొక వైపు ఉంటుంది. ఇది నిజం అని మీకు తెలుసు. మనం కోరుకున్నదంతా పొందాలంటే మనం తప్పక ఉత్తీర్ణత

సాధించాల్సిన పరీక్ష భయం నిష్క్రమణ మార్గం ద్వారానే సాధ్యం. ఏమైనప్పటికీ, బాగానే ఉంటారని, తెలుసుకునేందుకు లోతుగా వెళ్లాలి. ఈ భయం మిమ్మల్ని చంపదు, అని తెలుసుకోండి. కానీ మీరు దానిని ఎదుర్కోకపోతే, అది మీ కలల జీవితాన్నే బలి తీసుకుంటుంది. ఆలోచనే భయానికి మూలకారణం. మీరు ఆలోచించకపోతే, భయం లేదు. భయాన్ని అధిగమించడానికి, పరిమితులు లేకుండా జీవితం ఎలా ఉంటుందో అనుభవించడానికి ఎలా ఆలోచించడం మానేయాలి అనే ఫ్రేమ్‌వర్క్‌ను అనుసరించండి.

మీరు ఆలోచించని స్థితిలో ఉన్నట్లు మీకు ఎలా తెలుస్తుంది,

మీరు ఆలోచించనప్పుడు, పూర్తి శాంతి, ప్రేమ, ఆనందం, అభిరుచి, ఉత్సాహం, ప్రేరణ, ఆనందం, మీ ఎరుకలో గమనించగలిగే సానుకూల భావోద్వేగాలను అనుభవిస్తారు. మీరు ఆలోచనలను కలిగి ఉండవచ్చు, కానీ మీరు వాటితో అనుబంధించబడరు. ఆలోచన నుండి వచ్చే ఎటువంటి ఘర్షణ లేదా నొప్పి లేకుండా వాటిని మీ ద్వారా ప్రవహించేలా చేస్తున్నారు. మీరు ఎలాంటి మానసిక లేదా భావోద్వేగ బాధను అనుభవించరు. మీరు గతం లేదా భవిష్యత్తు గురించి ఆలోచించడం లేదు. మీరు పూర్తిగా ప్రస్తుత క్షణంలో ఉన్నందున వాటి పట్టింపు లేదా ఉనికిలో లేవు. మీరు ప్రవాహంలో ఉన్నట్లు అనిపిస్తుంది. మీరు సమయం, స్థలం, మీ స్వీయ భావాన్ని కూడా కోల్పోతారు. మీరు జీవితంతో "ఒకటి" అనుభూతి చెందుతారు. మీరు ఆలోచించడం లేదని ఈ విధంగా తెలుస్తుంది.

ప్రతిబింబం ప్రాంప్టులు

1-10 స్కేల్‌లో, మీరు ఈరోజు ఎంత ఆలోచించారు? (1 తక్కువగా ఉండటం, 10 ఎక్కువగా ఉండటం.)

మీ రోజులో ఎంత శాతం ఘర్షణలేని స్థితిలో గడిపారు? రిలాక్స్డ్, ప్రశాంతమైన స్థితిలో ఎంత శాతం వున్నారు?

ఆలోచించని పరిస్థితులను రూపొందించడానికి ఒక గైడ్

మీ పరిసరాలు ఆలోచించని స్థితిని ప్రేరేపిస్తాయి. సహాయకారిగా ఉంటాయి. మిమ్మల్ని మరింత ఆలోచించేలా చేస్తాయి.

మనం మన వాస్తవికతను లోపలి నుండి సృష్టించినప్పటికీ, చాలాసార్లు, మన పర్యావరణం వల్ల మనం ప్రభావితమవుతాము. మనం భౌతిక ప్రపంచంలో జీవిస్తున్న ఆధ్యాత్మిక జీవులం కాబట్టి, ఈ 3డి ప్రపంచం నుండి పూర్తిగా విడిపోలేము. కాబట్టి ఆలోచించకుండా ఉండటానికి అనుకూలమైన వాతావరణాన్ని సృష్టించడం ముఖ్యం. ఉత్పాదకంగా ఉండటానికి, ఎక్కువ చేయడానికి ప్రయత్నించే బదులు పరధ్యానాన్ని తొలగించడం ఉత్తమ మార్గం.

అదేవిధంగా, మనకు తెలిసిన అనేక విషయాలను తిరిగి ఆలోచించేలా ప్రేరేపించగలవు, అప్పుడు మనం చాలా సులభంగా ఆలోచించకుండా శాంతియుత స్థితిలో ఉండగలుగుతాము. మిమ్మల్ని మీరు కాకుండా వాతావరణాన్ని మార్చుకోవడం దీర్ఘకాలికంగా పని చేయదని గుర్తుంచుకోండి. ఈ రెండింటి యొక్క సున్నితమైన సమ్మేళనం. మీరు జీవించడానికి ఇష్టపడే అందమైన జీవితాన్ని సృష్టించుకోవాలి.

ఆలోచనలు కలగజేసే కారణాలను తొలగించడానికి మార్గాలు:

1. ఏ విషయాలు మిమ్మల్ని ఎక్కువగా ఆలోచించేలా చేయగలవో వాటిని ఆడిట్ చేయండి, జాబితాను రూపొందించండి.
   - ఎ. గుర్తుకు వచ్చిన ప్రతిదాన్ని వ్రాయండి. మీ అంతర్ దృష్టిని తట్టుకోవడానికి, మీ శరీరంలో శక్తివంతంగా అనుభూతి చెందడానికి, ఏది సహాయపడుతుంది, మీ వాతావరణంలో ఉన్న వస్తువు ఏది మీకు సహాయం చేస్తుంది లేదా బాధిస్తుంది. మీరు ప్రశాంతంగా, రిలాక్స్డ్ స్థితిలో ఉంటే, సమాధానం స్పష్టంగా ఉంటుంది.
   - బి. మీకు విషయాలు చేయడంలోసమస్య ఉన్నట్లయితే, సంఘర్షణ లేని స్థితిలోకి చేరుకుని, ఆందోళనకు గురిచేసినా లేదా మిమ్మల్ని ఎక్కువగా ఆలోచించేలా చేసిన అంశాలను గుర్తుంచుకోవడానికి ప్రయత్నించండి. మిమ్మల్ని మనుగడ స్థితికి చేర్చే ఏదైనా, మీరు ఆలోచించని స్థితిని కొనసాగించడంలో సహాయపడదు.
   - సీ. ఫైట్ లేదా ఫ్లైట్ మోడ్‌లోకి తీసుకెళ్లే జాబితా వారం చివర్లో మీ దగ్గర ఉంటుంది.
2. మీరు వ్రాసిన అన్ని విషయాలను వివిధ భాగాలుగా విభజించండి:
   - ఎ. వివిధ భాగాలకు సంబంధించిన కొన్ని ఉదాహరణలు ఇక్కడ ఉన్నాయి:
     - I. శారీరక ఆరోగ్యం
       - a. ఏ విషయాలు, మీ శరీరంలోకి ప్రవేశించినప్పుడు, మిమ్మల్ని మరింత ఎక్కువగా ప్రభావితం చేస్తాయి పోరాటం లేదా ప్రతిస్పందన (ఆందోళన, ఒత్తిడి, అతిగా ఆలోచించడం) ఎదుర్కొంటున్నారా? ఆహారాలు, ఉద్దీపనలు, పానీయాలు మొదలైనవి.
     - II. భౌతిక పర్యావరణం
       - ఎ. మీ భౌతిక వాతావరణంలోని ఏ అంశాలు మీరు పోరాటం లేదా ప్రతిస్పందనను (ఆందోళన, ఒత్తిడి, అతిగా ఆలోచించడం) అనుభవించే అవకాశం కలిగిస్తాయి?

III. డిజిటల్ పర్యావరణం

ఎ. మీ ఫోన్, కంప్యూటర్ లేదా టీవీలో ఉన్న అంశాలు పోరాటం లేదా ప్రతిస్పందనకి గురి చేసే అవకాశం ఉంది. (ఆందోళన, ఒత్తిడి,అతిగా ఆలోచించుట)?

IV. డిజిటల్ వినియోగం

ఎ. మీరు వినియోగించే మీడియా/కంటెంట్ మిమ్మల్ని మరింత ఎక్కువగా ప్రభావితం చేస్తుంది పోరాటం లేదా ప్రతిస్పందన (ఆందోళన, ఒత్తిడి, అతిగా ఆలోచించడం) అనుభవించాలా?

3. మీరు అన్నింటినీ వర్గీకరించిన తర్వాత, మీ జాబితాను పునర్వ్యవస్థీకరించండి, మిమ్మల్ని ఎక్కువగా ప్రభావితం చేసే అంశాలను బట్టి వాటికి ర్యాంక్ ఇవ్వండి.

4. ప్రతి జాబితా నుండి ప్రధాన అంశాలను ఎంచుకుని, దాన్ని మీ పరిసరాల నుండి తీసివేయడానికి మీరు ఏమి చేయాలనుకుంటున్నారో దానిపై కార్యాచరణ అంశాన్ని సృష్టించండి. మీ కోసం నిర్వహించదగిన, సాధ్యమయ్యే వాటిని మాత్రమే ఎంచుకోండి. మిమ్మల్ని మరింత ఒత్తిడికి గురి చేయకుండా తొలగించడానికి (ఇది వ్యాయామం యొక్క ప్రయోజనాన్ని దెబ్బతీస్తుంది).

మెల్లమెల్లగా చర్య ప్రారంభించండి. మీరు మార్పులు చేసి వాటి ప్రభావాన్ని చూసిన తర్వాత, మీరు ఇతర విషయాలను తొలగించడం ప్రారంభించవచ్చు.

ఆలోచించని వాతావరణాన్ని సృష్టించడానికి మార్గాలు:

మీరు రిలాక్సుడుగా, శాంతియుతంగా, ఆలోచించని స్థితిలోకి రావడానికి మీకు సహాయపడే అన్ని విషయాలను వ్రాయండి. అవి వ్యాయామం, ధ్యానం, నిర్దిష్ట సంగీత శైలిని కలిగి ఉండటం, చోటు మొదలైనవి కావచ్చు. మీ జాబితాలోని అంశాలను విభాగాలు చేసి నిర్వహించండి.

1. విభాగాలకి ఉదాహరణలు
   I. శారీరక ఆరోగ్యం
      ఎ. మీ శరీరంలో ఏఏ అంశాలు ఆరోగ్యంగా ఉండటానికి మీకు సహాయపడతాయి, స్థిరంగా శక్తివంతంగా, శాంతియుతంగా ఉంటున్నారా?
   II. భౌతిక పర్యావరణం
      ఎ. మీ భౌతిక వాతావరణంలో ఏ అంశాలు సమలేఖనం కావడానికి మీకు సహాయపడతాయి దైవికంగా వచ్చినవి?
   III. డిజిటల్ పర్యావరణం
      ఎ. మీ ఫోన్, కంప్యూటర్ లేదా టీవీలోని ఏ అంశాలు అనుభూతి చెందడానికి మీకు సహాయపడతాయి మీ దైవిక స్వభావానికి అనుగుణంగా ఉన్నాయి?
   IV. డిజిటల్ వినియోగం
      ఎ. మీరు వినియోగించే ఏ మీడియా/కంటెంట్ మీ అత్యున్నత స్వయంతో సమలేఖనం కావడానికి మీకు సహాయం చేస్తుంది?
2. ప్రతి కేటగిరీలోని అంశాలను అత్యంత ప్రభావవంతమైనది నుండి తక్కువ ప్రభావం చూపే వరకు ర్యాంక్ చేయండి.
3. ప్రతి జాబితా నుండి ప్రధాన అంశాలను ఎంచుకుని, దాన్ని మీ జీవితంలో ఎలా చొప్పించాలనే దానిపై కార్యాచరణ ప్రణాళిక తయారు చేసుకోండి. ఒకేసారి ఎక్కువ చేయకుండా ప్రయత్నించండి ఎందుకంటే అది విపరీతంగా ఉంటుంది. ప్రస్తుతానికి మీరు చేయగలిగేది చేయండి. తర్వాత మరిన్నింటిని జోడించవచ్చు.

4. మీరు ఆలోచించని స్థితికి రావడానికి, అత్యున్నత స్థితికి చేరుకోవడంలో మీకు సహాయపడే యాక్టివేషన్ ఆచారం లేదా ఉదయపు దినచర్యను సృష్టించండి. ఆదర్శవంతమైన ఉదయం దినచర్య ఎలా ఉంటుందో ఏమి చేయగలరో ప్లాన్ చేయండి. చిన్నగా ప్రారంభించండి. మీరుచాలా అంశాలలో మునిగిపోకండి. ఖాళీని సృష్టించడానికి సమయం ఉందని నిర్ధారించుకోండి (ధ్యానం, యోగా లాంటి ఆధ్యాత్మిక అభ్యాసానికైనా లేదా మీకు అనంతమైన మేధస్సులో ట్యూన్ చేయడంలో సహాయపడే ఏదైనా).
5. మీరు మీ రోజును ఎలా ప్రారంభిస్తారు అనేది మీ రోజు ఎలా సాగుతుంది అనేదానికి నాంది. మీరు మీ ఫోన్, ఇమెయిల్ చూస్తూ మీ రోజును ప్రారంభిస్తే, మీరు మీ రోజును ఒత్తిడితో, పోరాటం లేదా ఘర్షణ తో ప్రారంభిస్తున్నారు. ఇది మిగిలిన రోజంతా కొనసాగుతుంది.
6. మీరు రోజును శాంతియుత స్థితిలో ప్రారంభించి, మీరు ఆలోచించని స్థితికి తీసుకువచ్చే దినచర్యను నిర్వహిస్తే, ఆ ఒరవడిని కొనసాగించగలుగుతారు. అలా చేయకపోతే, బాహ్య విషయాలలో చిక్కుకోవడం వల్ల, అది మిమ్మల్ని తిరిగి ఆలోచన, ఒత్తిడికి గురి చేసేలా చేస్తుంది. అందుకే గొప్ప ఆధ్యాత్మిక గురువులందరికీ ఉదయం పద్ధతులు లేదా కొన్ని రకాల నిత్యకృత్యాలు ఉంటాయి.

ఆలోచించని వాటిని మీ పనిలో భాగంగా అమలుచేసే విధానం

1. మీరు చేసే పనుల జాబితాను రూపొందించండి. అవి శక్తిని హరించేవీ, మీకు ఇష్టం లేనివి లేదా మొత్తం మీద భారంగా అనిపించేవాటి జాబితా.
2. మీరు చేసే పనుల జాబితాను రూపొందించండి, ఆ జాబితాలో మీకు శక్తిని చ్చేవి–స్ఫూర్తినిచ్చి, శక్తివంతంగా, సజీవంగా, తేలికగా అనిపించేవి వుండాలి.
3. మీ మొత్తం లో, మీరు 1–10 స్కేల్‌లో చేసే ప్రతి కార్యకలాపానికి రేటింగ్‌ను ఇవ్వండి, 1 చాలా శక్తిని తగ్గించడం, 10 మీరు దీన్ని చేసినప్పుడు మీరు అత్యంత సజీవంగా, స్ఫూర్తిని పొందేలా చేస్తుంది.
4. ప్రతి వారం, మీ శక్తిని తగ్గించే జాబితా నుండి 1–3 విషయాలను తొలగించండి. మీ జాబితాలో 9, 10గా ఉండే మరిన్ని కార్యకలాపాలను చేయండి.
5. మీ జాబితాలో 9 లేదా 10కి సంబంధించిన పనులకు మీరు 80% పని సమయాన్ని వెచ్చించే స్థాయికి చేరుకోవడమే లక్ష్యం.

విధ్వంసక అలవాట్లు/ప్రవర్తనలను అధిగమించడానికి ఒక మార్గదర్శి

మీరు ఎక్కువ చోటుని సృష్టించి, అంతగా ఆలోచించడం ప్రారంభించినప్పుడు, చాలా ప్రతికూల, విధ్వంసకర అలవాట్ల గురించి తెలుసుకుని ఆందోళన పడతారు. అది బాధలకు గురి చేసేలా చేస్తుంది. ఎందుకంటే ఇది పరిస్థితిని మరింత దిగజార్చుతుంది. ఏదైనా విధ్వంసక అలవాట్లను విచ్ఛిన్నం చేయడంలో మీకు సహాయపడే మరింత వివరణాత్మక గైడ్ ఇక్కడ ఉంది:

1. మీరు ఏ ప్రవర్తనను మార్చాలనుకుంటున్నారో తెలుసుకోండి, ఇది మీరు నిజంగా మార్చాలనుకుంటున్నది అని నిర్ధారించండి. బాధ యొక్క దుర్మార్గపు చక్రాన్ని మార్చాలనుకుంటే, ఆపాలనుకుంటే, మీరుసరైన మార్గంలో వెళ్తున్నారని అర్థం చేసుకోండి. బాధలను సృష్టిస్తున్న మీకు చిరకాలంగా ఉన్న నమ్మకాలను మార్చుకోవాలి, వదిలివేయాలి. మీరు వాటిని మార్చకూడదనుకుంటే, ముందుకు సాగడంలో అర్థం లేదు, కానీ మీరు మార్చాలనుకుంటే, వదిలిపెట్టే ప్రక్రియను ప్రారంభిద్దాం.
2. ఈ ప్రవర్తనతో ఏమి జరుగుతుందో వివరంగా వ్రాయండి (ఇది ఎన్ని సార్లు జరుగుతుంది, ఎప్పుడు జరుగుతుంది మొదలైనవి) ఏ వివరాలను విడిచిపెట్టవద్దు.
3. ముందు క్షణంలో మీరు ఏమి అనుభూతి చెందుతున్నారు మీకున్న ధైర్యం ఏమిటి? ప్రవర్తనను ప్రేరేపించే భావన ఏమిటి? మీతో మీరు నిజాయితీగా ఉండండి.
4. ఏ నిర్దిష్ట ఆలోచనా విధానాలు జరుగుతున్నాయి? ఇది జరిగిన తరుణంలో మీరేమనుకుంటారు? దానిని ఖచ్చితమైన వివరాలతో వివరించండి.
5. ఈ అలవాటు గురించి మీకు ఎలాంటి నమ్మకాలు ఉన్నాయి? మీరు ఈ ప్రవర్తన/చర్యను నిర్వహించాలని భావించేలా మీరు ఏ తీర్మానాలు చేసారు?
6. ఆ ఆలోచనను మీరు విశ్వసించినప్పుడు మీకు ఎలా అనిపిస్తుంది?
7. మీరు ప్రవర్తనను ప్రదర్శించకపోతే ఏమి జరుగుతుందని నమ్ముతున్నారు? మరో మాటలో చెప్పాలంటే, మీరు ఏ పరిణామాలు జరుగుతాయని మీరు నమ్ముతారు.

8. మీరు ప్రవర్తనను మార్చుకుంటే అది జరుగుతుందనేది పూర్తిగా 100% నిజమేనా?
9. ఈ ఆలోచన ఎంత విధ్వంసకరమో, అది మీకు ఎంత బాధ కలిగిస్తుందో మీరు చూడగలరా?
10. ఈ ఆలోచన, ప్రవర్తనను ఇప్పుడు వదిలేయడానికి మీరు సిద్ధంగా ఉన్నారా?
11. మీ అంతర్గత జ్ఞానాన్ని, సంప్రదించండి. ఇది మీకు ఏమి చెప్పడానికి ప్రయత్నిస్తోంది? ఇది మీకు ఏమి నేర్చుకోవడంలో సహాయపడటానికి ప్రయత్నిస్తోంది? మీ జీవితంలో సమతుల్యతను పునరుద్ధరించాలని ఇది మీకు ఎలా చెబుతోంది? ఇప్పుడిప్పుడే ఎదగాలని ఎలా చెబుతోంది? స్పేస్‌ని సృష్టించండి, మీరు నిజంగా ఎందుకు మార్చాలనుకుంటున్నారో అనంతమైన మేధస్సు నుండి అంతర్దృష్టి కోసం వేచి ఉండండి.
12. మీరు అంతర్దృష్టిని పొందినప్పుడు, స్వేచ్ఛ, శాంతి, ఆనందాన్ని పూర్తిగా అనుభవించడానికి మిమ్మల్ని అనుమతించండి. మీ భుజాల నుండి బరువు పోయిన్నట్టు అనుభూతి చెందండి. మీరు శారీరకంగా, శక్తివంతంగా తేలికగా భావిస్తే, మీరు ఇకపై చర్య/అలవాటును అదే విధంగా చూడకపోతే మీరు సరిగ్గానే చేశారని మీకు తెలుస్తుంది. ఇది జరిగే క్షణంలో పూర్తిగా మునిగిపోవాలా? దానిని ఖచ్చితంగా వివరించండి. గాఢమైన కృతజ్ఞతా భావంలో పూర్తిగా మునిగిపోండి, మిమ్మల్ని మీరు సంసిద్ధుల్ని చేసుకోవలసి ఉంటుంది.
13. మీకు కలిగి ఉన్న ఏదైనా అంతర్దృష్టిని వ్రాసి, మీ అనుభవాన్ని నోట్ చేయండి, తద్వారా మీ జీవితంలో జరిగిన ఈ అద్భుతాల డాక్యుమెంటేషన్ మీ దగ్గర ఉంటుంది.

భావోద్వేగం మళ్లీ తిరిగి వస్తే ఏమి చేయాలి

మీరు జీవితాన్ని చూసే విధానాన్ని పూర్తిగా మార్చే అంతర్దృష్టి లేదా పురోగతిని పొందే వరకు ఈ గైడ్‌ని మళ్లీ అనుసరించండి.

అనువాదకుని గురించి

అకెళ్ళ శివప్రసాద్, రెండు వందలకి పైగా చిన్న కథలు, ఐదు నవలలు ముప్ఫై నాటికలు వెయ్యికి పైగా టీవీ ఎపిసోడ్స్ రాశారు. ఇరవై కథలకి, రెండు నవలలకి, పలు పరిషత్తులలో నాటికలకి బహుమతులతోపాటు, రెండుసార్లు నంది అవార్డు, ఆకాశవాణిలో చేసిన రచనలకి ఐదుసార్లు జాతీయస్థాయిలో బహుమతులు వచ్చాయి. వీటితోపాటు ఆ నలుగురు, ఆశల పల్లెకి, కరెంట్, హోరాహోరీ, రంగమార్తాండ, కన్నప్ప వంటి చలనచిత్రాలకు రచయితగా పనిచేశారు. 1880-2020, 140 సంవత్సరాల్లో ఎన్నిక చేసిన 100 నాటకాలలో వీరి నాటకం నరవాహనం ప్రచురితమైంది.

కిటికీలోంచి వాన, మౌనభాష్యం కథల సంపుటాలతోపాటు, బాలసాహిత్యం, అనువాద సాహిత్యం కలిపి యిప్పటివరకు పలు పుస్తకాలు ప్రచురించబడ్డాయి.

akellasivaprasad@gmail.com

మంజుల్ పబ్లిషింగ్ హౌస్ ప్రచురించిన జోసెఫ్ గుయెన్ యొక్క
మరొక అత్యధికంగా అమ్ముడైన పుస్తకం

బియాండ్ థాట్స్ అనేది ఒక వ్యక్తి జీవితంలోని రుగ్మతలకు మూలకారణాన్ని అన్వేషించే కవితా సంకలనం. ఇది స్వీయ-అన్వేషణ, స్వీయ-ప్రేమ, ఆనందం, ఆశ యొక్క అందమైన ప్రయాణం, ఇది చివరికి లోతైన వైద్యం, అంతర్గత శాంతికి దారితీస్తుంది